Nợ tinh thần

HỒ HỮU TƯỜNG

NỢ TINH THẦN

LOTUS MEDIA

NỢ TINH THẦN
Tác giả: Hồ Hữu Tường
Lotus Media tái bản, 2019
Bìa và trình bày: Uyên Nguyên
ISBN: 978-0-359-55218-4

Nợ tinh thần của Hồ Hữu Tường. Sắp lên khuôn thì cuộc xung đột giữa chính phủ Ngô Đình Diệm và Mặt trận Toàn lực Quốc gia bùng nổ; bản gốc, Nguiễn Ngu Í giữ được mười năm, nay Huệ Minh xuất bản, in xong ngày 20-5-1965 tại nhà in Tân Sinh, 116 Đinh Tiên Hoàng, Đa Kao, Sài Gòn. Ngoài những bản thường, còn in thêm 11 bản đẹp: 1 bản ghi câu NỢ NÀY CHƯA TRẢ CHO AI, 1 bản ghi NÚI LỞ, dành cho con Triều Sơn, 1 bản ghi CHÂU CHÌM, dành cho các con Nguyễn Phan Châu, 2 bản đánh dấu HỒNG HÀ, 2 bản đánh dấu SÔNG HƯƠNG và 3 bản đánh CỬU LONG GIANG. Giấy phép số 1386-BTT-BC3-XB ngày 20-4-1965. In tại nhà in Tân Sinh, 116 Đinh Tiên Hoàng, Đa Kao, Sài Gòn. Bản điện tử do talawas thực hiện.

Mục Lục

Thay lời tựa

Ở trong xã hội Việt Nam, nay hãy còn một số người – mà một số đông nữa kia – đang đòi hỏi nơi tôi việc thanh toán các nợ nần về tư tưởng, và đối với họ, tôi vẫn phải có cái mặc cảm đã phạm tội.

Thì đây:

Sau mấy năm lưu lạc, vừa đặt chân về quê nhà, tôi đến viếng một người quen cũ. Câu nói đầu tiên của anh bạn ấy là:

"Anh về đấy à! Đã hết cái thời hạn "nín thinh" không làm chính trị rồi à?"

Tôi chưa kịp thốt lời chi để giãi bày nỗi lòng, thì anh ấy tiếp:

"Tôi hãy còn giữ tất cả văn liệu của anh viết từ trước. Anh có làm việc, tôi cho mượn lại mà dùng!"

Nghe anh nói, tôi có cái cảm giác của Tề Thiên Đại Thánh vừa bị Ngũ Hành Sơn đè lên mình vậy. "**Tất cả văn liệu**", mà anh ấy vừa nhắc đó, là những dấu tích của một thời đại quá khứ của tôi, hoạt động theo chủ nghĩa Marx, khi thì là kẻ sáng lập ra phái tả đối lập ở Đông Dương và thảo ra các tài liệu lý thuyết của phái này, khi thì vạch đường lối cho Đệ Tứ Quốc Tế trong những tạp chí bí mật (như *Thường Trực Cách Mạng, Đệ Tứ Quốc Tế*) hay công khai (như *Tháng Mười*), khi thì dùng ngòi bút mà chiến đấu trong những tờ báo (như *La Lutte, Le Militant, Tia Sáng*) hay trong những tập sách mỏng... Thế rồi, đến năm 1939, tôi rời bỏ tất cả hệ thống tư tưởng của Marx, chưa kịp phân trần chi, vào ở tù, rồi ra tù..., đến năm 1945 gặp nghịch cảnh phải tuyên bố "nghỉ làm chính trị", tức là tự cấm mình, không cho phép nói đến sự thay đổi tư tưởng của mình vì, như vậy, cũng là làm chính trị rồi đó.

Nhìn trộm vào nhà sau, tôi thấy lấp ló bảy tám đứa con nít. Bạn tôi cắt nghĩa:

"Con tôi chỉ có một đứa thôi. Anh L..., anh có nhớ không? Chết năm 1945, để lại cho tôi nuôi bốn đứa. Anh Ch..., để lại ba đứa. Ba chúng tôi xưa nhờ anh dẫn dắt một lượt. Đến những năm quyết liệt, hành động theo cái đà tư tưởng của anh, hai anh L... và Ch... phải bỏ mình. Về sau, tôi nghe anh nói "nghỉ làm chính trị". Tôi ức lắm, nhưng rán chờ. Chờ ngày nay, là ngày bọn con mất cha đòi hỏi anh một món nợ tinh thần gì đó!"

Tôi kể chuyện trên vì ý nghĩa tượng trưng của nó và để chỉ rõ sự quan trọng của tập sách này, không phải đối với người đọc, mà chính là đối với tác giả. Cho ra những bài báo rời rạc, đã đăng trong lắm dịp khác nhau, vào những năm cách khoảng rất xa, tôi tưởng chừng như đã phân trần được:

"Thì các bạn xem đó! Tuy tự hẹn không làm chính trị, nhưng dằn lòng không được, đôi khi, tôi đã phải hé lộ can tràng".

Nhưng nếu mục đích tập sách này chỉ có ngần ấy thôi, thì thật là không bõ công của nhà xuất bản và tiền của độc giả mua lúc mà họ phải sống một cách quá chật vật.

Người ta – tôi muốn nói Marx – rời bỏ chủ nghĩa Hegel trong một thời bình, được có bốn mươi năm để lập thuyết với một người bạn bao bọc cho đời sống vật chất. Lại thừa thêm ba bốn mươi năm cho công chúng "tiêu hóa" lý thuyết của mình và cho môn đệ chỉnh đốn kỹ thuật về hành động.

Tôi rời bỏ chủ nghĩa Marx trong một thời loạn ly và

ngắn ngủi hơn. Trong không đầy mười lăm năm, tôi phải dành năm năm cho tù đày, sáu năm cho sự phấn đấu đầy bi đát và khổ ải để được CÒN và SỐNG, và trơ trọi một mình, lại ở vào lúc mà trăm việc đều cần phải hành động ngay, không chần chờ gì được.

Vậy độc giả không nên đòi hỏi nơi tôi mấy chục mấy trăm quyển để cắt nghĩa tôi đã thanh toán với chủ nghĩa Marx – đống văn liệu của anh bạn còn cất – bằng cách nào. Thời giờ của kẻ viết và người đọc nên dùng vào việc khẩn cấp khác. Tuy vậy, lương tâm của đôi bên vẫn chưa yên. Thì xin các bạn hãy tạm suy nghĩ về những tư tưởng ở trong những bài văn ngắn này vậy.

Vì hình thức tuy giản dị, mà ý kiến đã cô động lại rồi. Nếu muốn lý thuyết hóa cho rườm rà, thì không phải là việc khó!

Sài Gòn, 12-6-1953
Tết Ất Mùi
Hồ Hữu Tường

I.

Nói ngoài đề

Đoàn xuất bản Việt Nam có nhã ý, mới cho tôi mấy trang trong quyển sách đặc biệt về Văn hóa và Cách mạng này. Độc giả có thịnh tình đọc đến những dòng này. Thế mà, phụ cái nhã ý kia, gạt cái thịnh tình nọ, tôi lại nói ngoài đề, tôi lại nói đến cái "khả ố", rõ ràng là nặng tội! Vẫn biết thế, song trong cơ hội nghiêm trọng gần như thiêng liêng này, những ý nghĩ sau đây ào, ạt, sôi, nổi trong lòng tôi, xui, giục, kích, thích tôi, làm cho không thể nào dằn. Thôi thì, dù phải nặng tội, tôi xin cam, nhưng nếu cho phép tôi mở mồm, thì hãy để cho tôi cởi lòng vậy.

Đây không phải là lời của một nhà văn hóa. Vẫn biết, hồi trẻ tuổi, tôi đã sống những say sưa của một học trò hăng hái: lầm hiểu những khả năng mình, tưởng chừng chứa đựng thiên tài. Tôi có lần nuôi cái mộng khổng lồ làm một kiện tướng trong "ngành văn hóa" khoa học, và mơ để lại một sự nghiệp như Poincaré, Einstein hay Gauss. Nhưng đó chỉ là cuồng mộng của bò con chưa từng gặp hổ, nên tập tành làm chúa sơn lâm. Đó cũng là sự thèm thuồng của sẻ tơ, chưa đủ lông, nằm trong tổ mà mơ mình làm đại bàng, đằng phi trên thượng từng không khí. May sao, một ngẫu nhiên làm cho tôi rời con đường văn hóa. Những dòng máu nóng hổi, những tình cảm mãnh liệt, những suy luận quyết đoán của tuổi hai mươi đã bị phong trào cách mạng 1930 lôi cuốn hẳn. Mộng lớn, mộng con về khoa học, về văn hóa đã mất hết rồi...

Thế mà tôi cũng không phải là một nhà cách mạng. Vẫn biết trong mấy năm qua, trên đầu, tôi không biết oai quyền vật chất hay tinh thần nào cả. Tôi đã mải miết trong những học thuyết, tôi đã vất vả trong những tổ chức, tôi đã len lỏi trong những hành động bí mật hay công khai, tôi đã sống những phút say sưa khi thông cảm với muôn vàn người đương phấn đấu, tôi đã chịu những hồi đau khổ của kẻ cô đơn, lạnh lẽo nơi xà lim hay ngoài Côn Đảo. Những cái vinh hạnh, tủi nhục của một nhà cách mạng, tôi đã sống đủ hết, sống mãnh liệt. Nhưng tôi không phải là một nhà cách mạng. Những ai năm ngoái có mặt tại Việt Nam Học xá, trong một buổi hội họp của Tổng hội Sinh viên, dù có nghi ngờ sự thành thật của tôi, cũng nên làm chứng rằng, trong lúc triệu triệu quần chúng tiến lên con đường cách mạng, tôi đã bình tĩnh tuyên bố rằng trong thời hạn từ năm đến mười năm, tôi nghỉ làm chính trị, hàm súc ý làm chính trị cách mạng nữa.

Đã không phải là nhà văn hóa, đã nghỉ làm cách mạng, tôi lấy tư cách nào mà nói chuyện với kẻ tôi kính nhất là công chúng? Âu là để cho tôi lấy tư cách "người" nói chuyện với "những người". Và, hãy đừng ép tôi nói về văn hóa và cách mạng, nên rộng lượng mà để tôi nói ngoài để vậy.

Một bài phi lộ

Tháng chín năm ngoái[1] , tôi có gặp Đào huynh[2], và trong câu chuyện tâm sự, Đào quân có ý muốn lập một hội nghiên cứu triết học và cho ra một tờ tạp chí làm cơ quan. Người còn sốt sắng chọn một cái tên "NGHIÊN CỨU". Lập hội với ai? Tiền đâu mà in món hàng không độc giả? Nhưng chiều ý bạn, ngay lúc ấy, tôi đã thảo ra lời trung cáo của cái hội – tưởng tượng

---

[1] Tức là năm 1945 (lời chú của Nguiễn Ngu Í)
[2] Học giả Đào Duy Anh (lời chú của Nguiễn Ngu Í)

đấy – và cũng là bài phi lộ cho tạp chí – cũng tưởng tượng. Xin đăng sau đây:

Lời trung cáo của Hội Việt Nam để nghiên cứu triết học

Nói thẳng cũng buồn lòng, mà là sự thật. Mấy ngàn năm lịch sử, dân Việt chưa sáng tạo riêng cho mình được một nền triết học, một nền tư tưởng không thẹn với tên của nó. Dằng dặc từ đời nọ sang đời kia, ta chỉ có theo người. Theo mà chưa đạt đến chỗ hoành bác uyên thâm của người, lựa là nói đến việc phát triển, tài bồi để ghi được chút công với tư tưởng chung của nhân loại.

Theo Nho học, thì hẳn là theo lối huấn cổ và ký tụng từ chương, mài miệt nơi chi li, mà không đạt đến tinh túy của Khổng học; dù thế, người mình đã được mấy ai tinh tế như Vương Dương Minh, đứng trong khuôn khổ của Khổng, Mạnh mà kết cấu thành chặt chẽ có nhuộm màu lý thuyết, thật ra không được Nho sĩ xứ này để ý.

Nho học đã chưa đến, làm sao theo kịp học thuyết của Lão, Trang đến chỗ hoảng viễn của nó về vũ trụ quan, nhân sinh quan? Đạo sĩ ta không rẽ qua lối tư biện của Lão, Trang mà xoay về phép dưỡng sinh và ma thuật của Hoàng, Lão.

Nho, ta như thế, Đạo, ta như thế. Thích, ta cũng chẳng hơn gì. Có lần nào tăng ni ta đã phanh phui cái nền triết lý của Phật để phê phán, hầu xung bổ cho kịp thời? Có lần nào Phật học ở xứ này đã được đưa đến chỗ cực kỳ uyên thâm, làm cho các nơi phải giật mình mà ghi công cho vậy?

Dù không có được những đấng anh hoa, ta vẫn có nhiều học giả trong Tam giáo. Trên mặt bể tư tưởng của nước nhà, những ngọn gió từ Tàu thổi xuống, từ Ấn thổi sang, tuy không gây nên những trận sóng to ào ạt, rung chuyển, hãi hùng, song luôn luôn gợn xao mặt nước, li ti mà không ngừng. Còn đến cái triết học của Âu Tây, mà ta đã được tiếp xúc gần trăm năm nay, quang cảnh lại lắm êm đềm. Những người đã đề cập đến triết học này, kể ra cũng được một vài. Nhưng, công trình của họ là những công trình giới thiệu, trình bày một cách phổ thông. Lắm khi, chỉ là mượn những tài liệu phổ thông nào ở nước ngoài mà phả vào tiếng Việt, chớ chưa có màu sắc đặc biệt của sự suy nghiệm riêng của mình. Về loại trình bày này, kể cũng được một vài tác phẩm đáng giá; một giá trị tương đối để đánh chìm bao nhiêu tác phẩm khác! Còn những công trình phê phán, tập đại thành, phát triển hay sáng tác trong địa hạt của triết học Âu Tây, người mình hãy còn ở trong thời kỳ đợi chờ, hy vọng.

Đối với nền triết học kinh điển của Âu Mỹ, xứ ta chưa ghi tên được một tín đồ nào hiển trứ. Nói rằng nó đã tàn rồi, không thể sinh sản trên dải đất này chăng? Nói rằng nó không thích hợp với đầu óc Đông phương của người mình chăng? Dù nói sao, cũng phải phân tích, suy luận, chứng minh, cũng phải để cập đến triết học, nghĩa là phải có nhà triết học.

Đối với các triết học mới của Âu Tây, trong mười mấy năm gần đây, xứ ta có được nhiều chiến sĩ cách mạng mang truyền bá, một ít nhà văn đem thuật lại một cách sơ giản trong những bài báo, bài tạp chí, hoặc ở sách con. Lòng thành hẳn rõ rệt và nồng nàn. Về phẩm chất và trình độ, những tác phẩm đầu tiên ấy chưa đủ làm cho ta tự hào, hay yên ủi ta về chỗ bần phạp của nền triết học của xứ sở. Một giọt nước để tưới bãi sa mạc khô khốc và mênh mông!

Sự bần phạp của ta về triết học trong dĩ vãng không đến nỗi làm cho ta có chút gì ngờ vực đối với tương lai. Nó chỉ để cho một mớ người không thể khoe khoang với nước ngoài rằng ta đã có một nền văn minh huy hoàng, tráng lệ.

Đối với kẻ cần cù nghiên cứu, sự bần phạp đã qua nào

có phải là biểu hiệu cho cái số mạng cay nghiệt đã tuyên án một đời tư tưởng tẻ lạnh cho dân tộc ta! Số mạng là gì? Số mạng có chăng? Nếu có, ta có thể thoát được nó chăng? Thì ta ít nữa cũng phải có những nhà tư tưởng vĩ đại, mà một cuộc phản tấn công chống lại khoa học, chống lại tư tưởng của Âu Tây. Vì đã lâu rồi, những thành trì cuối cùng của thuyết định mệnh đã bị cướp lấy. Trong sự tranh đấu quyết liệt của thuyết định mệnh chống lại khoa học, để khôi phục cái uy quyền cũ, thì bên kia mặt trận, nào quân đông, nào tướng tài, nào chiến cụ nhiều và tinh xảo. Vậy, bên này mặt trận, quân phải đông hơn, tướng phải tài hơn, chiến cụ phải nhiều và tinh xảo hơn. Những tín đồ của thuyết định mệnh phải gây một phong trào tư tưởng mạnh hơn phong trào khoa học. Chứng minh rằng số mạng của tư trào triết học của dân ta là phải nghèo, thì cái tư trào chứng minh ấy – càng là một cái tư trào triết học – phải rất phong phú. Trong thật sự, tư trào ấy đã đánh đổ thuyết định mạng rồi vậy.

Đối với những ai muốn mượn một nguyên nhân nào đó để giải thích sự bần phạp của nền triết học và kết luận rằng trong tương lai, ta chẳng có hy vọng gì, chúng tôi xin trân trọng mấy lời. Dù mượn trình độ kinh tế, dù mượn ảnh hưởng của di truyền về sinh lý của tổ tiên, để *mà làm cơ sở cho sự giải thích, các ngài hãy làm cho đàng hoàng, thì chúng ta sẽ có một mớ tài liệu của các ngài cung cấp cho, mà cũng chứng minh một cách cụ thể rằng các ngài có lý trong chủ quan các ngài, nhưng đã tương phản với sự thật.*

Một sự tin tưởng khác đang làm đảo lộn những ý kiến của chúng tôi. Không tin vào số mạng, chúng tôi có thể hy vọng rằng triết học ta sẽ được phong phú. Không tin rằng di tích cựu truyền của tổ tiên ta ngu độn, chúng tôi đang mơ ước những nhà tư tưởng siêu quần, con cháu của dân Việt. Không tin rằng về sinh lý ta không thể có đầu óc thông minh mà đằng phi trên thượng tầng tư tưởng, chúng tôi đang mong một hệ thống tư tưởng làm cho cả nhân loại chú ý mà do người Việt đề xướng. Không tin rằng trình độ kinh tế thấp, kém, tất lệ định một nền triết học ươn, hèn, chúng tôi đang say mê với một lời tiên đoán của Engels: "Những xứ về kinh tế còn lạc hậu lại có thể cầm cây đàn hạc trong triết học".

Hy vọng, mơ ước, mộng, say mê! Nhưng còn ở xa xăm, chưa gần sự thật, một sự thật không có gì yên ủi. Có yên ủi chăng, họa là cái ý tưởng rằng bấy lâu bần phạp, là vì nằm dưới sự đè nén chính trị cùng tinh thần. Và nay dân ta được độc lập, nếu cố gắng, thì hy vọng, mơ ước, mộng, say mê kia cũng có thể thành sự thật.

Âu là ta gắng sức, giúp nhau mà nghiên cứu. Hội triết học ta sẽ đem những viên đá đầu tiên, dù nhỏ bé, để kiến trúc tòa lý tưởng huy hoàng của triết học.

Ngày kia, con cháu của chúng ta được đằng phi trên vòm tư tưởng, làm cho thế giới khâm phục, xứ sở sẽ nhận rằng hội triết học ngày nay đã làm cái sứ mệnh của nó.

(Hà Nội, tháng 8-1945)

*

Những dòng trên đây không đưa được tận tay nhà học giả họ Đào, tôi có mượn một anh giáo sư trẻ tuổi chuyển hộ. Nhưng từ đấy chưa dội lại một tiếng vang...

Một kế hoạch để nghiên cứu triết học

Nhưng anh giáo sư này cắc cớ. Anh bắt tôi trả giá công chuyển của anh bằng một kế hoạch để nghiên cứu triết học. Tôi đã viết những dòng sau đây để định gởi cho anh:

Khi nghiên cứu một học thuyết, người ta thường có hai thái độ: tán thành hay là phản đối. Khi tán thành một học thuyết, người ta thường có hai thái độ: tôn sùng một cách tôn giáo cái hình thức, hay là dõi theo tinh thần của học thuyết ấy. Khi dõi theo tinh thần của một học thuyết, người ta thường có hai thái độ: nép mình vào trong lĩnh vực mà tị tổ của học thuyết ấy đã vạch, hay là phát triển tài bồi cái tinh thần ấy. Khi phát triển tài bồi một học thuyết, người ta thường có hai thái độ: tiếp tục đại cương của nó, hay là đưa nó đến chỗ cực đoan của nó, rồi thành lập một học thuyết khác hẳn, và có khi đối chọi lại nữa.

Marx, tị tổ của duy vật luận biện chứng vốn là môn đệ của Hegel, rồi nhân đưa học thuyết của Hegel đến chỗ cực đoan của nó mà phải sang qua học thuyết duy vật của Feuerbach. Lại là mặc dù của Feuerbach, Marx cũng vì đưa học thuyết duy vật thô sơ của Feuerbach đến chỗ cực đoan của nó mà phải sáng lập ra cái triết học riêng của mình.

Phải nghiên cứu học thuyết của Marx với một thái độ nào? Tôn sùng từng chữ, từng câu, từng đề cương, cũng như những nhà tu tụng kinh, cũng như những nhà Nho theo lối huấn cổ hay là dõi theo tinh thần của hệ thống? Ở trong lĩnh vực của Marx đã vạch, hay là mở rộng phạm vi cho phù hợp với sự tiến bộ của khoa học, với sự tiến hóa của nhân loại? Và sau cùng, có nên thoát những chữ, những câu, những đề cương, những lý thuyết, những hệ thống, mà chỉ giữ cái thái độ của Marx: phiên đảo học thuyết để đi sát sự thật chứ không phải trá hình sự thật để bảo tồn lý thuyết chăng?

Một trăm năm đã qua từ khi duy vật luận biện chứng ra đời. Lịch sử trong giai đoạn này rất phong phú, rất to tát. Khoa học, trong tất cả các ngành của nó, đã trải qua những cuộc cách mạng vĩ đại. Một người thông minh như Marx, có bẩm chất như Marx, mà ở vào thời đại của chúng ta, sau những cuộc lật đổ liên tiếp và khổng lồ trong tất cả các địa hạt, một người như thế sẽ có những suy nghĩ gì, sẽ có những chủ trương gì, sẽ sáng lập ra những học thuyết gì? Hay là chỉ tụng lại những câu kinh bài kệ của tiền nhân để lại?

Anh hãy xét, nói đúng hơn, hãy kiểm điểm thành tích của tư tưởng hồi thế kỷ XIX, hồi Marx lập thuyết. Anh hãy suy nghĩ đến câu nói của Lénine cho rằng chủ nghĩa Marx là tập đại thành triết học Đức, kinh tế học Anh và xã hội chủ nghĩa Pháp. Và anh hãy kiểm điểm những thành tích mới của tư tưởng từ một trăm năm nay. Vật giới, sinh học, xã hội học, tâm lý học, triết học, thiền học... đã bước những bước thật dài... Nếu anh muốn lập thuyết, anh sẽ không lấy thế của một đỉnh ba chân như Marx. Một duy vật luận xứng với tên của nó sẽ bắt nguồn nơi những sự hiểu biết phong phú và vững chãi của thời đại.

Một kế hoạch để nghiên cứu khoa học

Nhưng mà những dòng chữ này không đến tay anh giáo sư nọ. Trên đây, tôi đã nói động đến duy vật luận, nhắc đến tên của Marx, Lénine. Đã đành, chỉ riêng đứng về phương diện thuần túy triết học, song cũng có thể gây những sự hiểu lầm. Trót đã hứa nghỉ làm chính trị, thì cũng nên tránh những cái cớ buộc phải phân bua. Lưỡng lự khá lâu, tôi bèn đổi ý, mà trao cho anh ấy những dòng chữ khác như sau đây:

*

Anh là nhà địa chất học. Anh muốn nghiên cứu triết học. Thì anh cũng nên nghĩ đến một cái triết học gần với khoa học, nhất là gần với địa chất học của anh. Vậy tôi xin vẽ cho anh một kế hoạch theo ý ấy.

Anh còn nhớ sự nghiệp khoa học của Newton. Khi người nêu lên luật vạn vật hấp dẫn để giải thích tất cả những lời giải đáp bao trùm, song chưa lấy gì làm thỏa mãn. Và khi Laplace nêu giả thuyết của người về sự cấu tạo vũ trụ ngày nay, thì cái lý trí con người mới được bớt niềm thổn thức.

Từ đấy, những súc tích của khoa học thực nghiệm đã thành quá vĩ đại. Chúng đã bắt buộc ta quan niệm cái vũ trụ theo một cách khác. Vũ trụ quan của Einstein ra đời. Lý trí đã được những lời giải đáp bao trùm song chưa có gì làm thỏa mãn. Người ta còn thèm thuồng lời giải đáp cho câu hỏi này: theo thuyết tương đối, vũ trụ cấu tạo theo cái lịch trình nào, dĩ vãng của nó làm sao và tương lai sẽ như thế nào? Tức là người ta đòi hỏi một tên Laplace khác để đi cặp với tên Einstein. Cũng như hai tên Newton, Laplace đã khăng khít với nhau trong lịch sử của khoa học.

Anh hãy cố gắng lập một cái thuyết về sự cấu tạo vũ trụ. Để về sau, người ta có thể ghép tên anh vào tên của Einstein mà trở một cái học thuyết hoàn thành.

Lẽ cố nhiên, anh phải học toán cho nhiều. Về khoản này, anh nên nghĩ đến ông Tạ Quang Bửu để nhờ bộ óc thông minh, nhưng khiêm tốn ấy hướng dẫn cho anh. Không biết chừng, anh còn phải sáng tác một khoa Toán học mới để làm khí cụ cho sự phát minh của anh. Còn về phần thực nghiệm, anh cũng có thể dùng cái thuyết mới của anh để giải thích hình thể của quả địa cầu, sự phân phối hải dương cùng lục địa, tức cũng là để kiểm soát trở lại thuyết ấy...

Anh nên vạch con đường ấy mà đi, con đường mà anh muốn gọi là của khoa học hay của triết học, tùy ý anh.

Một đề tài cho tiểu thuyết

Một ngẫu nhiên làm cho tôi quen được một người đương muốn viết tiểu thuyết. Người nêu ra một chủ trương: giải phẫu những bản năng thầm kín nhất của con người, những tâm lý phổ thông nhất trong nhân loại. Người đã chọn một để tài: tả sự ngoại tình trong tâm hồn, chỉ trong tâm hồn thôi. Và sau đây, lời trình bày của văn sĩ tập sự nọ:

Nàng có tính chọn chồng. Mấy năm xưa, nàng mộng một người chồng thông minh hoạt bát... Mấy tháng trước, nàng mộng một người chồng hoạt động. Có lẽ bây giờ, nàng mộng một người chồng có tầm thước cao hơn, lớn hơn. Nàng lại còn có nết tự cao. Ai thấp hơn nàng về trí thức, hèn hơn nàng về tinh thần, kém hơn nàng về lý tưởng, thì nàng khinh, nàng chế nhạo. Bao nhiêu chàng thanh niên si tình đã gởi cho nàng những bức thư van lơn, nài nỉ. Nàng mời các bạn, trai có, gái có, đến cho nàng đãi trà và nghe nàng phân tích những bức thư tình nghe như một giáo sư giảng Quốc văn, và thỉnh thoảng hưởng hương vị của một vài câu phê bình hài hước. Đã có mấy nghìn cái thư chồng chất đó, di tích của mấy trăm thanh niên, nạn nhân của tính nết nàng.

Thế rồi, nàng cũng có chồng, một ông chồng trung bình, chỉ có cái tật xấu là: tuy không có tật xấu, mà tầm thước thấp bé hơn người chồng lý tưởng của nàng.

Cái cứu cánh tất nhiên phải đến. Ba ngày yêu đương: cái đà thứ nhất đấy. Rồi nàng trông thấy sự sai biệt giữa mộng và sự thật, thì đến ba tháng chịu đựng. Và sau, thầm kín trong lòng, nàng viết những bài "phê bình nhân vật", nghịch nghịch đùa đùa, mà đối tượng là ông chồng. Người ngoài cuộc được đọc những bài trào phúng này sẽ cười nôn ruột, có dè đâu tác giả viết nó bằng máu, một câu ra là thêm một hiu quạnh cho trái tim, một đau khổ cho cõi lòng. Ban đầu nhẫn nại mà cảm sự đau khổ ấy, đoạn đâm ra so sánh chồng nàng với người khác. Rồi thầm kín, thèm muốn một ông chồng khác, thầm kín trong lòng thôi, nhưng đã là sự sa ngã đầu tiên về tinh thần! Sự khinh chồng nàng càng tăng, sự ngoại tình trong tâm hồn đã khai mào, cái đà đã có, từ đấy, trong tâm hồn nàng, sẽ sống cái đời ngoại tình liên miên của Madame Bovary.

Xét ra, cái ngoại tình về nhục dục, so sánh với cái ngoại tình ở tâm hồn, thì có ăn thua gì? Hai cái xác thịt rung động trong một khoảnh khắc.

Rồi những tế bào đổi. Hai mươi bốn giờ qua, hai cái xác hôm qua đã đổi hết tế bào của mình nay đã thành hai cái xác mới rồi. Cái rung động của những thớ thịt không còn để những dấu vết gì tất cả, nếu không còn để lại một đứa con, mà đời bây giờ người ta lại biết tránh có con. Còn cái yêu ở tâm hồn, nó đánh dấu một vết không rửa sạch ở tâm hồn. Ta đi đâu, dấu vết ấy theo đó. Ta sống, nó sống với ta. Ta chết, biết đâu chừng dấu vết ấy còn sống dai hơn ta, nếu nó đã kích thích ta làm những áng văn hay, những bài thơ đẹp, hay sáng tác những học thuyết siêu việt. Thì ra cái yêu đương xác thịt, có ăn thua gì đối với cái yêu đương tâm hồn. Và sự sa ngã của Madame Bavory về xác thịt có ăn thua gì đối với sự sa ngã ở tâm hồn: những cuộc ngoại tình liên miên mà chỉ có lương tâm mình biết thôi và ngay đến tình nhân cũng không biết nữa.

Thế thì trong tiểu thuyết này, sẽ không tả sự ngoại tình mà là cái tinh thần ngoại tình. Và đi song song với trường tả chân, tả chân tư sản hay tả chân xã hội, cũng nên ước mong có những tiểu thuyết tả cái tinh thần của những sự việc cụ thể mà phía trên đã tả.

Một mẩu chuyện bi kịch lịch sử

Tôi được nghe lóm câu chuyện giữa một người tập viết tuồng với một tác giả có tiếng. Để đón hỏi kinh nghiệm, phê bình, khuyến khích của người đi trước, kẻ tập sự kia đã trình bày quan niệm của mình theo những tư tưởng sau đây:

Lịch sử không phải là hành vi, sự nghiệp của một vài nhân vật, thì trên sân khấu, tôi không muốn đem một vài đoạn đời của người nào để diễn thành bi kịch lịch sử. Vai chính trong bi kịch lịch sử phải là nhân loại tượng trưng chung, hay phân thân thành những động lực đã kích thích cái quá trình lịch sử. Tôi muốn diễn tả những xung đột trong tâm hồn người, của con người muôn thuở, mà cũng là những giai đoạn lịch sử nữa. Nhân chi sơ, tánh bổn thiện. Những bản năng ác nghiệt đến, đi đôi với những chế độ tàn khốc, dẫn nhân loại đến chỗ tiêu diệt. Trừ phi có một cái Thiện siêu đẳng nào đến cứu vớt loài người mà đuổi hẳn cái Ác đi.

Màn khai diễn: Loài người thuần chân, đang yên sống trong cảnh thái bình nguyên thủy, dưới sự che chở của tinh thần Thiện. Bỗng, những bản năng xấu nhen nhúm lên, đòi được thỏa mãn. Tinh thần Ác xúi giục bản năng kia kích thích người đánh đuổi tinh thần Thiện đi. Chế độ Ác lập lên.

Màn I: Một lão trọc phú nhờ một cố vấn quỷ quyệt (hiện thân của tinh thần Ác) bày mưu kế để chinh phục thể xác lẫn tâm hồn một người con gái. Người này, trước sự tấn công kia, nghe lời chỉ vẽ, cũng của cố vấn ấy, tương kế tựu kế, bằng lòng làm vợ hắn, định bụng về sau giết chồng và vợ cả, đoạt cơ nghiệp để hưởng giàu sang trong tuổi còn xuân. Nhưng khi mưu kế thành, nàng xa bỏ người cố vấn kia. Sắp thất bại, anh này lại may tìm được đầu dây để kéo thế lợi cho mình. Nghiệp Ác còn mầm, anh thích chí cười đắc thắng.

MànII: Người trưởng nam của nhà trọc phú du học ở ngoại quốc về, nghe em gái kể lại sự tình. Anh ta lưỡng lự chưa tin. Người cố vấn lại bày mưu để cho người anh rõ sự thật hơn. Một cuộc thử thách tâm hồn chứng quả rằng người vợ hầu đã phạm tội. Người anh quyết định với em sẽ báo thù.

Màn III: Muốn thâu lại sự nghiệp và hành tội người đàn bà độc ác kia, chỉ có một cách là lấy người ấy rồi làm cho nàng đau khổ trong tâm hồn. Người con chồng bèn giả yêu dì ghẻ. Người cố vấn căm hờn, mới xui nàng em gái (tượng trưng cho lương năng) đứng ra trừng phạt người anh phản bội và đeo đuổi phục thù. Sau một cuộc thử thách, khi đã rõ tâm tình người anh mình, nàng quyết nghe lời người cố vấn.

Màn IV: Cặp tình nhân thấy cô em gái là một trở lực cho hạnh phúc của họ, tìm cách hạ thủ. Anh cố vấn làm trung tâm điểm cho mọi cuộc âm mưu đầu độc lẫn nhau. Một bữa tiệc hội họp hai anh em cùng mẹ ghẻ, bày ra gọi là để hòa giải. Nhưng bên trong, anh đã bỏ thuốc giết em, và em đã bỏ thuốc giết anh và mẹ ghẻ, cả ba cùng chết. Người cố vấn toan cười, song xem ra không đạt được một mục đích nào của mình.

Màn V: Tinh thần Ác cười chưa dứt, thì có tiếng tinh thần Thiện văng vẳng. Tinh thần Ác hoảng hốt kêu gọi bản năng xấu, hầu mượn sức chúng mà đuổi tinh thần Thiện. Nhưng, người xấu đã chết cả. Tinh thần Ác có thể bị diệt. Tiếng nhân loại ngân lên, ca ngợi sự thắng trận của tinh thần Thiện, khơi mào một đời thái bình đẹp đẽ.

Một người khách vừa thăm tôi ngẫu nhiên đọc được cả đoạn trên. Người ấy đã lắc đầu nói: "Tôi không hiểu bài này muốn nói gì. Anh học đòi viết lối văn chương lập dị, toan đem lối vẽ của Picasso mà phả thành câu. Hỏng hết".

Hỡi ông khách ơi! Bảo rằng hỏng thì tôi chịu. Song bảo tôi lập dị, hẳn lòng tôi không có; bảo tôi muốn làm văn chương, hẳn cũng không. Tôi nhắc đến ông Đào Duy Anh, tôi nghĩ đến cái ý định lập thuyết về Triết học hay Khoa học của người giáo sư trẻ tuổi, tôi bàn đến nhà viết tiểu thuyết tập sự kia, tôi nói đến nhà tập viết kịch nọ... tôi chỉ muốn xem những nhân vật ấy như những hiện thân của con người vĩnh cửu, luôn

luôn cố gắng điêu luyện tài nghệ của mình. Giờ phút này, những nhân vật ấy liệu còn hăng hái đeo đuổi công tác của mình, hay đương băn khoăn như kẻ viết những dòng này?

Nhìn lại quãng đời đã qua, tôi thấy rằng tôi cũng đã có những say mê như họ. Tôi đã ôm những mộng lớn về Khoa học, cầu chút danh riêng cho mình, chắc cũng có, song chính là để đắp thêm một viên đá cho con đường tiến bộ của nhân loại. Và khi suy xét rằng làm chính trị, thì chỉ có thể giúp cho loài người tiến hóa mau hơn, nhiều hơn, tôi không mến tiếc gì cả. Bao nhiêu cái chi yêu quý nhất của đời tôi, tôi đều đem dâng trước bàn thờ của hy sinh. Hình ảnh của người cha già quằn quại chống với Thần Chết trong sáu tháng, ngay trong lúc tôi bôn ba trên con đường hành động, mà không rảnh chân để về thăm, hình ảnh ấy khêu gợi bao nhiêu sự đau khổ. Thế mà đã được những kết quả gì? Trước mắt tôi, tôi chỉ thấy nhân loại đi gần đến con đường tự sát. Cuộc Thế chiến thứ hai chưa nguôi hơi thuốc súng, thì cuộc Thế chiến thứ ba nhen nhúm lên, lợi hại hơn, tàn khốc hơn. Stéfan Zweig, hai vợ chồng ngươi tự sát để phản đối lại sự dã man của chiến tranh; ta tuy không đồng tình, song ta hiểu ngươi lắm lắm.

Bom nguyên tử! Tinh lực nguyên tử! Sẽ còn bao nhiêu khí cụ giết người lợi hại hơn, tinh xảo hơn!...

Tôi thấy trước mắt tôi thằng Hy Lạp đầu tiên đã tìm được lối tư biện thành nề nếp, nguyên thủy của khoa học. Thằng vô phúc ấy đương khóc vì sao cái khoa học mến yêu của nó kia, đã không giúp cho lẽ phải thành công, đã không làm cho nhân loại đắc thắng, lại thành những bom nguyên tử để giết người.

Năm 1933, khi Hitler cướp chính quyền, bọn Quốc xã đã kêu cuộc đảo chính của họ là cuộc "cách mạng Quốc xã". Con người của tôi phẫn uất: sao tiếng cách mạng lại bị bọn Phát xít lợi dụng làm điều bất chính? Số phận của khoa học phải chăng là vạch trước cho biết rằng sau khi cách mạng điêu luyện được sắc bén, tinh xảo, thành thứ bom nguyên tử rồi, thì cũng không tránh bị lẽ tà lợi dụng mất?

Còn văn hóa. Văn hóa điêu luyện được đẹp đẽ sắc bén rồi, phỏng có tránh được cứu cánh kia chăng? Một triệu chứng đã báo điểm: trong cuộc chiến tranh 1914 – 1918, đã có Hội Kulturkampf ra phụng sự cho Thần Chiến tranh thảm khốc.

Một sự hoài nghi khổng lồ đương ám ảnh tôi. Đây rồi cái gì rèn luyện cho tinh xảo, sắc bén, thì cũng chỉ thành khí giới của tội ác. Có phải vậy chăng?

Hỡi con người vĩnh cửu muốn cố gắng trong sự tiến bộ! Người muốn khảo cổ, người muốn lập thuyết về triết học, về khoa học, người muốn rèn luyện văn chương và nghệ thuật, người có thấy số phận của tị tổ Khoa học đương khóc vì bom nguyên tử chăng?

Thôi thôi, tôi xin van các ngài. Đừng ép tôi, phải cố gắng để điêu luyện một khí cụ vật chất hay tinh thần nào cả. Tôi đương tha thiết yêu mến nhân loại, tôi nỡ lòng nào nối giáo cho kẻ tà mạnh thế lực hơn, để tàn sát cái nhân loại yêu mến của tôi sao?

Nhưng tôi không hoài nghi. Tôi không hoài nghi triết học, khoa học, văn chương, nghệ thuật chi cả. Tất cả những cái đó chỉ là khí cụ. Chúng càng sắc bén, chúng càng thêm thế lực cho kẻ cầm chúng nó trong tay. Tôi đau khổ vì thấy hiện nay Lẽ Tà lại được cầm chúng nó.

Tôi không bi quan. Tôi biết rằng triết học, khoa học, văn chương, nghệ thuật không có tính ác... Chúng nó không có tính nào cả. Chúng nó không có tâm hồn. Chúng nó là những khí cụ. Lẽ Chính cầm nó trong tay, nó cũng sẽ phụng sự Lẽ Chính rất đắc lực.

Thì ra vấn đề không phải là bi quan với chúng nó. Vấn đề là làm cho Lẽ Chính được thắng.

Tôi đương mong mỏi một cái gì làm cho Lẽ Chính được thắng, bao nhiêu khí cụ vật chất hay tinh thần tự nhiên phụng sự cho tiến bộ của nhân loại. Một cái gì, tôi không biết, để làm sao cho "người" trở nên NGƯỜI. Tên nó là gì, tôi không biết, nhưng tính nó là làm cho người ngày càng đẹp đẽ, cao quý hơn. Nó phải đuổi hẳn trong đầu óc tôi cái hình ảnh của tị tổ Khoa học phải khóc vì bom nguyên tử.

Chừng đó, tôi sẽ thét vang. Để reo mừng. Và cũng để kêu gọi bao nhiêu tài trí rải rác khắp nơi, mau điêu luyện khí cụ vật chất và tinh thần. Phen này không phải để cho sự phá hoại, sự tàn sát lợi dụng, mà để phụng sự cho nhân đạo.

Hà Nội, ngày 4 tháng 8 năm 1946

(*"Văn hóa và cách mạng"*, 1946)

II.

Tân Xuân Thu

Mỗi lượt kỷ niệm cuộc Cách mạng 1789, người ta thường nhắc đi nhắc lại những cái sáo cũ rích. Kẻ thấy gần, thì dựa vào một vài tính cách của hiện tượng lịch sử mà phê bình, tán dương hay đả đảo. Kẻ ngó rộng, thì đặt vào khát khao của một cuộc "đổi đời" đã đánh dấu sự nhân loại cởi lớp quân chủ mà khoác áo dân chủ.

Chúng tôi mời bạn đọc tạm đi nhiều các sáo ấy trong vài phút. Và hãy nhìn cả con đường lịch sử, để so sánh thời đại của chúng ta với thời đại Xuân Thu của Tàu có gần ba ngàn năm nay.

Hồi thế kỷ thứ mười bảy, thế lực của nước Pháp mạnh mẽ và chói lọi hơn tất cả, không khác nào nhà Châu cầm quyền "thiên tử" trong lĩnh vực nước Tàu.

Rồi cách mạng nổi lên, đánh dấu khai mào cho cuộc đổi đời, cũng như nhà Châu dời đô qua phía Đông, mở đầu cho kỷ nguyên Xuân Thu vậy. Rồi từ ấy, các cường quốc lần lượt mọc lên, trụt xuống, thay nhau làm bá chủ hoàn cầu, làm cho ta nhớ đến Tề, Sở, Ngô, Việt, Tấn, Tần thuở nọ.

Hiện nay, chúng ta ở gần màn chót. Các chư hầu nhỏ bé lần lần bị các nước lớn thôn tính, hoặc kết hợp nhau. Nga, Mỹ, Anh, Pháp, Tàu, ngũ cường ngày nay nhắc cho ta nhớ lại bảy nước hồi trước.

Về mặt tư tưởng, học thuật nước Tàu sản xuất những tay cự phách chỉ trong hồi loạn ly của Xuân Thu mà thôi. Khổng, Lão, Trang, Mặc đều là con đẻ của cuộc đổi đời nọ. Còn trong cái Tân Xuân Thu này đã sản xuất một vài học thuyết vĩ đại như chủ nghĩa Marx. Nhưng cái Tân Xuân Thu này chưa đi hết đà của nó. Biết đâu trong cuộc đổi đời vĩ đại này, to mấy ngàn lần hơn hồi trước, biết đâu nhân loại lại không đẻ ra những nhà tư tưởng siêu quần, và, bên cạnh tên của Marx, người ta còn sắp mấy cái tên nữa? Cũng như bên cạnh của Mặc Địch, người ta còn ghép thêm Trang Châu, Lão Đam, Khổng Khưu?

Tin tưởng rằng ngoài học thuyết của Marx ra, thảy thảy đều là tà thuyết, ấy là tin rằng tư tưởng của loài người tiến lên đến Marx rồi đứng lại, rồi thối lui chứ không lướt tới được nữa.

Cái tin tưởng phản tiến hóa ấy phải làm cho linh hồn biện chứng của Marx phải giựt mình! Nhưng mà Marx không có linh hồn thì ta hãy giựt mình giùm cho vậy.

Nói chơi như thế, chớ lo phải giật mình! Lịch sử đi cái đà của nó, ai mà cản cho được? Về mặt tư tưởng, chắc chắn sẽ có những học thuyết vĩ đại ra đời, cũng như về mặt chính trị, nhân loại sẽ đi đến chỗ thống nhất, đến nền đại đồng vậy.

Người kỷ niệm cuộc Cách mạng 1789 với cái óc tưởng rằng lịch sử tiến đến đó rồi dừng lại, rồi thối lui, mà kẻ sau chỉ có quyền chiêm bái. Ta kỷ niệm cuộc Cách mạng 1789 với cái định ý rằng chúng ta đang ở một thời Tân Xuân Thu vĩ đại. Thì hãy chờ xem những học thuyết mới ra đời. Và cũng chờ xem Tần thôn tính liệt quốc, để dọn đường cho nhà Hán...

Hơn một trăm năm chục năm nay, sau ngày ngục Bastille bị phá, nhân loại có lúc nào yên đâu? Loạn ly rồi loạn ly mà hãy còn loạn ly nữa. Bởi vì chúng ta chỉ đi ngang qua một nửa của thời Tân Xuân Thu mà thôi.

(Báo *Ánh Sáng*, ngày 14-7-1948)

III.

Văn hóa mới
hay lại nói về Tân Xuân Thu

Thời nguyên tử không phải chỉ là thời của bom nguyên tử.

Về mặt quân sự, ấy là áp dụng những khí giới tối tân, tinh xảo, mãnh liệt, chỉ có tinh năng nguyên tử mới có sức gây ra.

Về mặt chính trị, là các quốc gia nhỏ hẹp của thế kỷ XIX nhường bước cho những liên hiệp, những khối, những liên bang.

Về mặt xã hội, thì các phương pháp tập thể, toàn dân, đánh lui những chính sách cá nhân, tư hữu.

Về mặt kinh tế, sự bóc lột thặng dư giá trị của tư bản chủ nghĩa lần lượt thay thế bằng cách đặt ra các ưu quyền, ưu quyền của dân cai trị đối với bị trị, ưu quyền của dân nước giàu mạnh đối với dân nước nghèo yếu, ưu quyền của màu da, ưu quyền của đảng phái.

Thời nguyên tử cũng là một thời mà ta thấy loài người phân hóa dần dần theo một nền tảng mới. Những khối cũ, xây dựng trên những nguyên tắc lỗi thời, đã lùi mà nhường bước cho những khối khác. Việc khai mào cho thời nguyên tử này diễn bằng những cuộc chiến tranh dữ dội, những cuộc cách mạng khổng lồ, những lý thuyết hùng vĩ. So sánh với hình ảnh cũ có thể gọi buổi quá độ này là một thời Tân Xuân Thu.

Hình dung cho dễ hiểu, song thời Xuân Thu của Tàu chỉ là trò chơi trẻ con đối với cái Tân Xuân Thu này mấy triệu lần về bề lớn, bề sâu, bề rộng. Như về mặt tư tưởng, chính thời Xuân Thu của Tàu là thời giàu học thuyết huy hoàng hơn hết của nước Tàu. Khổng học, Lão học, Mặc học, Dương học, Hứa học, v.v. thảy đều xuất hiện trong thời Tiền Hán. Ấy bởi loạn ly càng nhiều, thì lòng thèm thái bình càng mạnh, mà sự cố gắng của loài người để xây dựng một lâu đài tư tưởng càng to.

Thì cũng về mặt tư tưởng này, từ cuộc cách mạng công nghiệp ở Âu châu đã cho ta thấy những học thuyết làm lu mờ các học thuyết của mấy ngàn năm sau để lại.

Nhưng chưa gì đâu!

Cuộc cách mạng công nghiệp do hơi nước sanh ra có ăn thua gì với những cuộc phiên đảo của thời nguyên tử, nguy nga, tráng lệ biết chừng nào? Trước kia, loài người giao thiệp với nhau rất khó khăn, bởi những phương tiện giao thông rất nhỏ hẹp. Thời của trước hơi nước, chỉ gây dựng được một cuộc tiếp cận, rất cạn, rất qua loa. Thành ra hai khối người Đông phương và Tây phương, nhiều những chỗ tiểu đồng, có một nơi đại dị.

Đông phương chọn sự tu dưỡng, lấy sự cải cách cá nhân làm căn bản của sự cải cách to của xã hội. Con đường ấy xoay về mặt hướng nội, là nền tảng của đạo, đuổi theo một mục đích là làm cho lý, tình, ý luôn luôn điều hòa nhau, quân bình nhau và ăn nhịp với Vũ trụ.

Tây phương chuộng hành động, lấy sự tổ chức chế độ làm nền tảng cho mọi việc cải cách. Con người ấy xoay về bề ngoài, là nền tảng của khoa học, luôn luôn cố gắng làm cho lý trí được thuần hóa, độc lập, để biết vũ trụ, xã hội, nội tâm, để làm chủ vật giới, xã hội lẫn tinh thần.

Hai nếp sống khác nhau.

Một đàng say mê với mục đích mà không hề lo nghĩ gì về phương tiện để đến mục đích. Hình ảnh ấy là các nhà tu dưỡng nhập thiền để đem "Tiểu ngã" mà cảm thông "Đại ngã".

Một đàng cặm cụi tìm phương tiện, mà không nghĩ lo gì về mục đích nào mà phương tiện sẽ phụng sự vậy. Hình ảnh ấy là những nhà khoa học ở phòng thí nghiệm nghiên cứu tinh năng nguyên tử một cách khách quan, chẳng quản tinh năng ấy sẽ giết người hay góp sức vào sự đem lại hạnh phúc cho nhân loại.

Hai nếp sống ấy đụng nhau.

Đụng nhau mà không gặp nhau được. Cuộc đụng chạm dữ dội lắm. Đông phương bị phương tiện tinh xảo của Tây phương đánh bại. Bại, mà chưa tiêu. Rồi cả thế giới bị Tây phương lôi cuốn theo một cuộc chạy quay cuồng, mà cứu cánh không biết là gì. Tiêu diệt hay Hạnh phúc?

Tây phương đang lôi cuốn thế giới quay về một trong hai lối tổ chức xã hội. Một con đường của Mỹ là con đường cá nhân, như ngựa buông cương, tha hồ thao túng trong một khuôn khổ của người có tiền bóc lột người không tiền. Một đường của Nga là con đường tập thể, người bây giờ là một con số vô danh kiểm chế trong nề nếp của một chế độ, người theo bè đảng được ưu đãi hơn người không bè đảng.

Dẫu đến một bến nào, nhân loại cũng chưa tạm yên trong một thời gian lâu được. Đã đành rằng, lấy tương đối mà nói, con đường thứ hai bớt mâu thuẫn đối với con đường thứ nhất. Giản dị thì có, mà cũng làm cho một vài mâu thuẫn còn sót lại dữ dội hơn. Thay vì việc cá nhân thao túng, thì có việc đoàn thể thao túng.

Sau thời Xuân Thu, Chiến quốc, chế độ phong kiến Tàu bị chế độ nông nghiệp cá nhân thay vào. Phép tu dưỡng cá nhân của Khổng, Lão, Trang, Mặc, Phật, v.v. đều thích ứng, bởi vì là phép tu dưỡng cá nhân, văn hóa (đổi cho đẹp đẽ) cá nhân.

Thời Tân Xuân Thu, ta lại sẽ thấy lối tập thể thay thế cho lối tư hữu. Tuy vậy, hiện nay chưa có một cái VĂN HÓA để tu dưỡng các tập thể.

Sự thiếu sót này làm cho nhân loại chưa yên ổn được.

Bởi đoàn thể không có phép gì tu dưỡng, tha hồ thao túng như ngựa buông cương. Dẫu cho xô ngã những bức tường giai cấp, quốc gia, nhân loại hãy còn khác nhau về kinh tế, về mức sống, về nếp sống. Hãy còn khác nhau lâu, và vì vậy, hãy còn đoàn thể.

Các đoàn thể, với lối tổ chức quần chúng, là một sức mạnh vô ngần, một thứ tinh năng khác không kém gì tinh năng nguyên tử. Phải tìm cách nào tu dưỡng các đoàn thể, để cho đoàn thể càng ngày càng tốt đẹp, cao quý lên.

Cách tu dưỡng ấy cũng là VĂN HÓA. Cái văn hóa của thời nguyên tử tìm được, thì nhân loại tạm yên được. Ấy là Hạnh phúc. Bằng không thì liên miên một cảnh loạn ly.

(Báo *Tân dân*, số Tết Kỷ Sửu, 1949)

IV.

Xuân Thu Cũ và Xuân Thu Mới
nhìn ngang
qua bộ Đông Chu Liệt Quốc

Tôi biết lịch sử tiểu thuyết ấy, khi tôi còn nhỏ tuổi. Cha tôi ngày ra đồng phát cỏ dọn ruộng để cấy; người đã mệt, nên không đọc trong bản chữ Hán, thì tôi, trước khi đi ngủ, tôi có phận sự đọc cho cha tôi nghe mấy chục trang *Đông Chu Liệt Quốc* trong bản dịch ra quốc ngữ. Mãn một mùa nước, tôi đọc đi đọc lại đến mấy lượt. Và càng lấy làm lạ, lạ vì tôi không thấy nó thú ở chỗ nào, còn cha tôi lại mê nó. Mê cho đến đỗi đọc chữ Hán đã mấy lượt rồi, mà còn bắt tôi đọc bản dịch ra văn Nôm mấy lần nữa.

Thú thật với các bạn rằng, từ thuở nhỏ, tôi vốn là một đứa trẻ thích truyện Tàu lắm: *Phong Thần, Thủy Hử,*

Tam Quốc, Thuyết Đường, Nhạc Phi, Tây Du, Chinh Đông, Chinh Tây, Bình Nam, v.v. bộ nào cũng đọc. Có được bộ truyện, là quên chơi, quên ăn, quên ngủ, đọc một mạch từ đầu chí cuối, mê say. Thế mà tôi không mê được bộ *Đông Chu Liệt Quốc*. Nếu không phải vì cha tôi bắt buộc, chắc tôi không có can đảm mà đọc đến một phần tư bộ truyện.

Đến năm 1935, tôi có dịp đọc lại bộ tiểu thuyết ấy để giết thì giờ, tôi vẫn chưa thấy nó hấp dẫn tôi như những áng văn chương khác. Mãi đến năm 1947, sau khi bị bắt trong một cuộc hành binh đem về Hà Nội, không có sách đọc, thình lình có người cho xem bộ *Đông Chu*, đọc đi đọc lại mấy lần, thật có thú vị.

Nay anh Dương Tử Giang bảo tôi viết một bài về tác phẩm xứ ngoài mà tôi thích hơn hết, tôi không ngần ngại gì mà viết về bộ *Đông Chu Liệt Quốc*. Xét ra sách hay ở xứ ngoài thiếu gì. Mỗi áng văn chương đều có thể sánh với một hòn ngọc lộng lẫy. Nhưng đối với tôi, *Đông Chu Liệt Quốc* có thể ví như hòn đá của Biện Hòa, hai lần xem không thấy giá trị gì mấy, mãi đến khi nhờ những kinh nghiệm to tát của mấy năm vừa qua mở trí cho, thì mới biết cái hay của nó không chừng. Thảo nào, khi đúng tuổi, cha tôi phải mê say vì nó, thì phải!

Mỗi bộ tiểu thuyết có một cốt truyện một, từ đầu đến cuối mật thiết chằng chịt nhau. Phân tích bộ tiểu thuyết ấy, người ta thường tóm tắt cốt truyện cho dễ hiểu, dễ nhớ, bộ *Đông Chu Liệt Quốc* lại khác hẳn. Không ai phân tích nó được, bởi vì nó không có cốt truyện, mà hàng trăm cốt truyện khác nhau và kết nối với nhau. Ở các tiểu thuyết khác, có một ít nhân vật điển hình làm cho ta thấy tính cách của họ có gì hay hay, ngộ ngộ. Ở bộ *Đông Chu*, ta có hàng năm sáu trăm nhân vật, mỗi người thảy đều đặc biệt, thảy đều nhân vật điển hình. Ở mỗi bộ tiểu thuyết khác, phảng phất một cái triết lý thì ở *Đông Chu* lại bày ra hàng trăm cái triết lý khác nhau. Cái phong phú của *Đông Chu* không phải một bức tranh (tableau) mà là một cái bích họa (fresque) to tướng, vừa trông qua ta chẳng hiểu là gì, mà khi nhìn kỹ thì đề tài rất phong phú, nét vẽ rất thần tình, màu sắc rất lộng lẫy.

Người ta lấy làm lạ về lối văn tả chân của Âu Tây, nhưng người ta phải phục cái lối văn chấm phá của *Đông Chu*, với mấy dòng mà lột trần được tinh thần của nhân vật.

Nhưng mà kể làm chi cái hay về hình thức? Sở dĩ tôi muốn nói về bộ *Đông Chu*, nào phải là ở chỗ đó.

Tôi muốn cho độc giả nhận điều này. Tất cả văn chương khác đều có tính cách là dùng phép kết cấu hoa mỹ, dùng với văn bay bướm, để khêu gợi cảnh mộng mà giúp cho độc giả "thoát", cho tâm hồn độc giả đi chơi trong cảnh hoang đường, xa hẳn với sự thật. Trái lại, *Đông Chu Liệt Quốc* giúp cho ta trở về cái sự thật cay đắng, sâu xa, lạ lùng của một thời loạn của chế độ phong kiến.

Đọc kinh sách, ta thường lầm tưởng rằng các bậc vua chúa là những kẻ đáng kính mến, nhiều nhân đức, được trời cho cầm đầu dân. Đọc *Đông Chu*, ta mới thấy họ dốt nát, tàn bạo, loạn luân, ác nghiệt, không có một đức tính nào tốt xứng đáng với địa vị của họ. Làm tôi giết chúa, làm con giết cha, anh em tranh giành nhau, gây giặc giã không ngớt, bao nhiêu cảnh thật không mơ mộng, không tô điểm, bày chán chường trước mắt kẻ đọc.

Thì ra, các nhà văn khác có tài cho ta đánh đồng thiếp mà đi vào cảnh không có. Còn tác giả bộ *Đông Chu* lại khéo biết kéo ta trở lại sự thật, một sự thật trần truồng, chua chát.

Mà nhắc đến sự thật lịch sử của thời *Đông Chu*, tôi lại có một ý khác. Tôi muốn nhắc đến sự tranh biện của hai nhà học giả xứ ta về Khổng học. Một bên là giáo sư

Phạm Thiều, một người có một nền cựu học đầy đủ, một bên là Phan văn Hùm, một nhà tân học hoàn toàn theo duy vật sử quan. Ông Phạm Thiều thì bảo rằng Khổng học là một học thuyết về nhân luân, cốt để rèn luyện con người, còn Phan Văn Hùm thì bảo rằng Khổng học chỉ là một ý thức hệ để phụng sự chế độ phong kiến.

Cuộc tranh biện của hai nhà học giả ấy đã xảy ra hơn mười mấy năm nay, tuy không ồn ào kịch liệt, tuy không nhan nhản trên báo chí, song giới học hỏi ở xứ này cũng còn nghe nói đến. Sự thật ở bên nào? Khổng học là luân lý hay là một ý thức hệ để phụng sự chế độ phong kiến? Muốn trả lời về khoản này, tôi xin mạn phép mời độc giả đọc lại bộ *Đông Chu* để thấy sự thật thế nào? Độc giả sẽ thấy rằng theo sự thật trần truồng, Khổng Tử và môn đệ của Ngài là những kẻ hoạt động hăng hái để phụng sự cho chế độ phong kiến. Họ nhận thấy rằng dốt nát, ác nghiệt, vô luân, tàn bạo chỉ làm cho các chư hầu hư việc; họ muốn rèn luyện một hạng "quân tử", tức là một giai cấp quý tộc đủ tư cách tồn tại, và như thế, đạo Khổng là một ý thức hệ phong kiến chứ gì?

Thì ra nhà "Nho" là kẻ "cần thiết" cho sự trường tồn của chế độ phong kiến. Hay thay phép viết tả ý của chữ

Hán: Nho là chữ *nhơn* đứng, viết cạnh chữ *nhu* (*nhu*: cần có mới được) thì nhà Nho tức là một hạng người cần thiết cho sự trường tồn của giai cấp "quân tử". Nhà Nho đối với chế độ phong kiến thì có khác gì bọn "organisateurs" của chế độ đặc quyền ngày nay, mà bọn Burnhams đề cập trong sách "L'ère des organisateurs".

Và sau cùng, nhắc đến "Nho" cũ, hay là bọn "organisateur" mới, tôi cũng quanh quẩn trong việc so sánh thời bây giờ với thời loạn Xuân Thu, mặc dầu tôi biết rằng loạn Xuân Thu là cuộc loạn chấm dứt chế độ phong kiến nhà Châu, còn cuộc loạn ngày nay thì chấm dứt cái văn minh vật chất của Tây phương. Sự nghiệp của nhà Châu tám trăm năm kể cũng dài, sự nghiệp của Âu Tây khởi từ thế kỷ XV đến nay, đối với cả hai, thú thật tôi không có mến thích gì cả. Bởi không mến thích nên tôi mời bạn xem *Đông Chu* để hiểu thời nay, hiểu để ghét.

Mà mời các bạn làm hai việc này, tôi vốn có một ý muốn, tuy không quan hệ gì, mà bởi can hệ đến cá nhân tôi, nên nói phứt cho rồi, để khỏi trả lời riêng từng người mất công. Số là mấy tháng trước đây, vì anh Tam Ích hành văn khéo léo quá nên làm độc giả lầm tưởng rằng tôi mang quyển sách Mạnh Tử trong va-li mà đi tìm Burnhams. Vậy tôi viết bài này để tỏ cùng những bạn gần xa lòng khinh bỉ của tôi đối với nhà "Nho" thời xưa, hay đối với bọn "organisateurs" ngày nay, là bọn trí thức đem cái học, cái tài của mình mà phụng sự cho hạng người không đáng trường tồn trên sân khấu lịch sử.

(*Thi văn hiện đại* – 1949

V.
Tù trong tù

Đến ngày nay, vẫn thấy khó mà cắt nghĩa tại sao tôi đã chọn con đường ở tù. Tôi nói chọn và biết rằng tôi đang tĩnh trí và dùng chữ không sai đâu nhé!

Tháng sáu năm 1939, một người bạn[1], ở xa về, đến tìm anh Thâu và tôi, để nói:

"Tôi biết, mà chính anh cũng biết nữa, là chiến tranh thế giới sắp bùng nổ nay mai. Anh có bổn phận là nên lánh đi xứ khác, ở trong xứ, khó mà qua cơn giông tố. May lắm là được ở tù. Ra nước ngoài, họa may còn làm cái gì vĩ đại được".

Anh Thâu nghe theo, xin giấy thông hành sang Xiêm, rồi đến Tân Gia Ba, ý định sang Âu châu. Nhưng anh bị bắt trả về xứ, rồi ở tù.

---

[1] Luật sư Dương Văn Giáo, lúc ấy làm cố vấn chính trị cho chính phủ Thái Lan (lời chú Nguiễn Ngu Í)

Tháng Tám năm ấy, có người giục tôi nữa:

"Chắc chắn là có chiến tranh rồi. Anh nên tụ tập anh em, chiếm một vùng sơn lâm hiểm trở cho qua hồi giông tố. Mà biết đâu chừng, gặp thời thế thuận tiện, một tên Từ Hải bá chiếm một phương hải tần cũng làm được cái trò gì đó?"

Tôi lại từ khước, cũng như tôi đã từ khước lời người nói trước, vì tôi đã chọn: chọn việc ở tù. Chẳng những chọn mà thôi, tôi còn lo dự bị nữa. Tôi lãnh dạy một tuần đến bốn chục giờ, để có một số tiền kha khá, giao cho vợ tôi làm vốn để lo nuôi một mẹ già và bốn đứa con dại. Tôi cũng không quên lo chứa một mớ sức khỏe để ở tù; ở một kỳ tù mà tôi biết rằng dầu tòa mà kêu án bao nhiêu cũng không có nghĩa gì, và chừng nào giặc dứt mới được ra. Sáng, thì tôi cùng ba bốn anh em bạn lên Thủ Đức bơi lội; trưa, ở nhà tập thể dục; chiều vào hồ Chợ Lớn bơi lội. Trong vài tháng, ngực nở, bắp thịt cứng, cân lên mấy kí và sức tăng lên nhiều. Nhờ vậy, tôi lướt qua cơn giông tố mà ba phần tư anh em, vì yếu đuối vượt qua không nổi, phải gởi xương ngoài đảo.

Không chịu lánh đi nước ngoài, không chịu chiếm một vùng sơn lâm làm Từ Hải, đã chọn con đường ở tù, thì tất nhiên phải vào khám. Tôi vào khám ngày 29 tháng 9 năm 1939.

Người chưa biết ở tù, tưởng đâu trong tù có một chế độ giống nhau, hoặc cũng ngang nhau cả.

Họ nghĩ vậy, không khác nào các thợ vẽ, vẽ mười điện Diêm Vương ghê tởm như nhau. Đó là một quan niệm sai lầm. Tù có bực, thứ, đẳng, cấp bao bọc nhau như vỏ trứng bọc tròng trắng, tròng trắng bọc tròng đỏ, tròng đỏ chứa cái ngòi vậy. Bởi biết thế, cho nên đối với một bậc thứ tù nào cần phải trù liệu một lối sống tinh thần tương xứng để chịu đựng.

Về khoản này, tôi xin mở cái dấu ngoặc mà khuyên ai là người ứng cử vào khám đường nên để ý. Nếu bị ở tù, nhất là bị kêu án không hẹn ngày thả ra, thì cần nhất là có một lối sống tinh thần để quen cái khổ đi. Tinh thần ít lung lay, thì thể xác chịu đựng lâu được. Lúc ở Côn Đảo, phần đông người chết là kém một sinh hoạt tinh thần để an ủi mình. Có nhiều anh được tin nhà cho hay việc buồn, như ở nhà vợ đi lấy chồng khác chẳng hạn, nên tinh thần suy sụp quá, rồi sanh đau, mấy ngày lại chết. Và khi viết bài này, tôi vốn có ý đem lại một kinh nghiệm về lối tổ chức đời sống tinh thần ở khám đường. Xin khép dấu ngoặc.

Trong mười tháng đầu, ở tại Khám Lớn Saigon, chế

độ có thể tương đối gọi là dễ hơn cả. Chúng tôi có quyền lãnh sách ở nhà mang vào. Tôi liền tổ chức một lối sinh hoạt tinh thần theo điều kiện ấy. Nhờ anh Hùm chỉ dẫn, tôi liền học chữ Hán, đọc báo Tàu, sách Tàu. Nhưng công việc ấy chưa đủ thu hút hết sự chăm chỉ, tôi liền nhắn ở ngoài gởi vào các quyển sách Toán cao cấp. Không biết sự thông minh có cho phép như thế chăng, nhưng tôi tự hẹn bắt chước theo gương một nhà toán học nọ: đánh giặc bị cầm tù, mà trong tù phát minh ra một thứ Toán học mới. Đến nay, thấy rằng lời hứa ấy chưa được trọn giữ, nhưng kết quả rất hay là lúc nọ tôi quên phứt rằng thời gian đã qua mau chóng.

Đến cuối năm 1940, đời tù tội của chúng tôi bị sa xuống một bậc, nói một cách khác, chúng tôi bị khép vào một vòng trong nữa. Ấy là chúng tôi bị đưa ra Côn Đảo. Còn ở Khám Lớn, chúng tôi còn được thăm viếng, thơ từ và quà bánh. Mà dẫu có lúc bị cấm không được các của quý ấy, thì ngày ngày còn ngóng nghe được dư âm của cuộc sống "ngoài đời" nó dội vào. Hay là ban đêm, nghe từ đâu đưa lại một giọng trong trẻo, nhịp nhàng, trầm bổng: *"Đậu xanh, bún Tàu, bột khoai, nước dừa, đường cát, hơ..."* mà mình lắng tai đón rước như nghe giọng hát hay của một danh ca, hay là như lời âu yếm của người yêu. Ra Côn Đảo, mất những cái ấy tất cả. Biển rộng mênh mông ngăn cách ta với ngoài đời. Đó là một cảnh đoạn tuyệt não nùng, mà kẻ yêu đời phải đau đớn chịu, chẳng khác gì khách đa tình phải đau đớn khi rứt cởi tình yêu. Còn khốn một nỗi nữa, là bấy lâu làm con nhà học trò, yêu nhu mì, chuộng đạo lý, thích việc phải, mà ra Côn Đảo phải chung đụng với kẻ cướp, sát nhân, hung dữ và làm việc trái phép một cách tự nhiên như là khát đi uống nước...

Thật sự, Côn Đảo là một nhà tù to rộng, mênh mông, có đến hơn ba chục cây số vuông mà bức tường cách ta với ngoài đời là biển rộng. Trong vòng cảnh tù này, còn một nhà tù nữa gọi là banh[2]: banh là nhà tù trong nhà tù đó. Nhưng chưa hết. Trong banh lại có khám. Bị cấm cố vào khám, ấy là bị ở thêm một lần tù, trong vòng nhà tù, ở giữa cảnh tù. Và bị cấm cố vào khám mà có khi mình còn bị còng dính vào một nơi nữa, tức là ở tù thêm một bậc nữa. Có người nói:

"Ở tù trong vòng to của Côn Đảo, ấy là ở tù ông. Bị nhốt vào banh, ấy là ở tù cha. Trong banh mà bị cấm cố vào khám, thì xuống bực tù con rồi. Còn rủi bị còng chân mà ăn cơm vắt, ấy là làm tù cháu".

---

[2] Dịch âm tiếng bange của Pháp (lời chú của Nguiễn Ngu Í)

Khi bước xuống tàu, nhiều anh nuôi hy vọng được làm tù ông. Làm tù ông tuy là leo núi đốn củi nặng nề, đêm khuya lặn biển cạy san hô lạnh lẽo, bắn đá lăn rất nguy hiểm tính mạng, nhưng vòng nhà tù rộng, không khí nhiều. Có khi hái được nạm lá non làm rau, đập được con rắn mối hay con cóc gì đó nướng làm thịt ăn, thì cơ thể cũng bổ chút nào đó. Có vậy mới gọi là tù ông chớ! Nhiều anh bạn xây đắp cuộc đời của mình ở Côn Đảo không khác gì cô gái sắp về nhà chồng toan tính cách lập gia đình riêng của mình vậy. Có người, đã ở tù một lúc trước rồi, cãi lại:

"Bọn mình là chính trị phạm, tụi nó không cho ra ngoài đâu" – anh ấy dùng tiếng ra ngoài, nghe như là không phải ở tù vậy. "Tụi nó sợ mình tuyên truyền tổ chức tù thường. Tôi chắc bọn mình phải ở banh, đươn đát, làm đồ mây, làm đồ ốc, uốn đồi mồi".

Thế là dư luận chia ra làm hai phái. Phái lạc quan tin rằng chúng tôi sẽ được làm tù ông như bọn sát nhân và kẻ cướp mà dong ruổi khắp Côn Đảo. Phái bi quan tin rằng mình chỉ được làm tù cha, bị giam trong banh và ngày ngày làm việc thủ công. Nhưng không có ai nghĩ rằng mình phải bị cấm cố vào khám, còng chân và ăn cơm vắt. Bởi vì hai hình thức sau này chỉ là để trừng phạt những người vào tù rồi mà còn làm thêm lỗi nữa, mà chúng tôi đã làm tội lỗi gì?

*

Nhưng mà cả hai phía trên đều sai cả. Chúng tôi chẳng được làm tù ông, cũng không được làm tù cha. Vừa đến nơi, chúng tôi bị xua đến banh ba, chia ra từng nhóm mà cấm cố vào khám cả. Mặc dầu chưa làm thêm một chút lỗi gì, chúng tôi bị xô xuống bực tù con ngay. Bây giờ phái lạc quan cũ bỏ tin tưởng của mình mà theo phái nghịch, và cả thảy tin rằng chờ họ làm giấy tờ xong, thì bọn mình được làm những việc thủ công gì đó cho đỡ buồn. Nhưng đấy chỉ là một hy vọng.

Cách tấn công của kẻ chỉ huy nhà tù nghĩ cũng có kế hoạch. Lúc mới ra, chúng tôi chưa bị đánh đập gì và trưa, cửa khám lại được mở một lớp ngoài, cái lớp đóng kín mít, chỉ khóa lớp trong thôi, cái lớp song sắt, để cho chúng tôi có không khí thở. Khi ăn cơm, chúng tôi cũng chưa bị thúc hối. Kế rồi lần lần, từ khoản, người ta rút hẹp lại.

Bắt đầu là trưa, các cửa đóng kín mít lại cả, rồi thúc hối ăn cho mau, thúc hối cho đến mãi bữa cơm, từ mở cửa cho bước ra ăn, cho đến khi lùa vào đóng cửa lại, chúng tôi chỉ được mười lăm phút. Rồi từ ấy, đến phút mười hai, mười ba gì đó, thì ngọn roi đánh tới trên đầu của những người chậm chạp, cố thúc hối. Và khởi sự xét khám, bỏ ra ngoài tất cả cái gì vụn vặt cho đời sống của mình, đến những cái lát chiếu thành con cờ để đánh chơi...

Bây giờ cả thảy mới hết hy vọng, và cho rằng có lẽ sống như vậy mãi mãi, cho đến khi mãn.

Rồi mỗi người mới nghĩ đến việc tổ chức việc sinh hoạt tinh thần của mình để sống cái đời tù con triển miên này. Những người biết chữ Nho trong khám tôi họp nhau lại mà làm cả một bộ tự điển, lấy que cứng khắc vào vách vôi, muốn tra cứu, thì để ý nhìn theo tia sáng rọi thì đọc được, bằng không nói ra, thì cũng chẳng ai biết có nó nằm trên vách và trước mắt bao giờ. Các bạn thích khoa học, thì mở cuộc nói chuyện để thuật với nhau những thuyết khoa học mới nghe chơi. Cũng có cả một văn đoàn bốn năm anh em, thỉnh thoảng "xuất bản miệng" những bộ tiểu thuyết, làm thơ, hay phê bình, thảo luận về văn chương.

Nhưng đa số anh em thì thích học, học thuốc, học ngoại ngữ, mà nhất là chữ Hán. Học chữ Hán cần phải nhìn mặt chữ nhiều và tập viết mới thuộc, nên khi ra ngoài ăn cơm xong vào khám, nhiều người lén kẹp vào hai ngón chân một cục đá san hô. Ngoài ấy các đường trong banh lót bằng đá san hô vụn, trộn với cát. Đá san hô trắng mà mềm, viết trên xi măng xám và cứng thì cũng như phấn viết trên bảng đen vậy. Một cục bằng ngón tay viết lâu mòn lắm. Rồi một hôm kia khám kế bên bị xét, một cục đá san hô nhỏ còn sót lại, giấu không kịp.

Người ta túm lấy, hỏi của ai, và hăm sẽ trừng phạt chung nếu không có người nhận. Hỏi hồi lâu, thấy không có kẻ nhận, anh Thạch[3] ra nhận, để tránh sự trừng phạt chung. Người ta hỏi đem viên đá vào làm gì? Anh đáp rằng để tập viết chữ Nho. Thế mà anh bị đòn cả trăm roi. Một anh khác đứng gần đó thấy vậy nóng lòng quá, nói với anh Thạch, xúi chạy đi để tránh đòn. Nói một câu ấy cũng bị trăm roi. Còn ở khám tôi, có anh Soái, cũng vì một viên san hô mà bị đánh phun cứt đầy cả. Ngày ấy cả khám tôi nhịn uống nước, vì phần nước uống mỗi người có một lon thôi, nay phải hy sinh lấy cái đó mà rửa khám, bằng không, ngồi đứng nằm ở đâu bây giờ khi mà cứt của anh Soái rưới đầy xi măng? Từ ấy không ai dám lén đem đá san hô vào khám nữa.

Sống trong cảnh ấy, làm sao mà tổ chức đời sống tinh

---

[3] Trần Văn Thạch, cựu hội đồng thành phố và quản hạt (lời chú của Nguiễn Ngu Í)

thần? Câu hỏi này, đối với nhiều người cũng là khó giải được. Lúc ấy, tôi ở chung một khám với anh Ninh[4] . Trước kia, mặc dầu quen biết và làm việc chung với nhau bảy tám năm, tôi vẫn chưa được anh ấy thân. Anh lớn hơn tôi mười tuổi, tánh nghiêm nghị và có tên tuổi; còn trong bọn, tôi chỉ là con nít ưa đùa giỡn, mà vì ít người biết, nên nói chuyện ít giữ gìn lời. Đã cách nhau về tuổi tác, khác nhau về tánh tình mà, anh Ninh còn thêm cho tôi là tay mưu sĩ, hay vẽ chuyện nên sanh lắm trò, thành không ưa. Đến lúc này đêm nào anh Ninh cũng ngồi xếp bằng như tượng bụt, day mặt vào vách mà suy nghĩ, không biết suy nghĩ gì, trong khi cả khám nằm im lìm, ngồi như vậy đến hai, ba giờ khuya mới ngủ. Tôi cũng nằm im lìm như thiên hạ, nhưng lại không ngủ, và cũng suy nghĩ như anh.

Mấy hôm sau, anh mới hay tôi cũng thức khuya nên hỏi duyên cớ. Tôi thành thật nói cho anh biết rằng từ tháng 6 năm 1939, tôi đã chính thức đứng ngoài hàng ngũ của Đệ Tứ Quốc Tế, và trong những đêm thức khuya như thế này, tôi suy nghĩ để xét nét lại từng tư tưởng một, những lý thuyết mà tôi đã theo dõi hơn mười năm rồi, cùng luôn tiện vạch đường lối về sau. Anh Ninh nghe tôi nói vậy thì lấy làm thú vị.

---

[4] Nhà cách mạng Nguyễn An Ninh (lời chú của Nguiễn Ngu Í)

Từ ấy, khi đêm nào, khuya khuya, khi ai nấy ngon giấc cả, thì anh nhẹ nhẹ lại cào chân tôi, giục ngồi dậy để trao đổi những cái đã suy nghĩ được của mỗi chúng tôi. Một tình bè bạn nhúm lên, đánh át cái không ưa cũ, và càng ngày càng gắn bó hai bạn vong niên. Ấy là tôi có được người bạn đường để đằng phi trên vòm tư tưởng.

Nhờ sự đằng phi trên vòm tư tưởng ấy, xét nét lại cả những hệ thống triết học, tôn giáo, tư tưởng, mà tôi quên rằng thời gian qua mau hay là quên chú ý đến những khổ cực nặng nề của đời tù con.

Phần của tôi đã là như thế, phần của các bạn đồng cảnh ngộ cũng chẳng khác gì. Ngày họ lo học tập. Người chưa biết đọc viết, thì ê a dõi theo những lớp vỡ lòng. Một số đông thì học thêm chữ Hán, học nghề thuốc Bắc, đọc mạch Lư San, Trần Tu Viên nghe vanh vách. Vài nhà văn họp nhau lập một cái hàn lâm viện nho nhỏ mà dựng lại một bộ tự điển tiếng Việt. Lại cũng bày cái lối viết tiểu thuyết miệng để nghe chơi. Nhưng đến tối cả trăm người dồn trong một khám nhỏ nên hơi mệt mỏi mới bày ra những cuộc nói chuyện chung cho bớt ồn.

Mỗi người nằm phăng trên xi-măng, im phăng phắc để nghe một người nói mà thôi. Trong thiếu thốn của tù tội, người ta thích nghe, nhất là nghe nói những chuyện ân sủng mà nhất là nghe tả tỉ mỉ, cách nào xấu thế nào cho thật ngon cũng như nghe Nguyễn Tuân tả uống trà thế nào mới có thú vị. Thỉnh thoảng lại nghe những truyện Tàu chơi. Vì có một đôi anh rất thần tình, thuộc lòng những bộ truyện Tàu không sót một chữ. Trong cảnh tù tội mà khi nghe một vị tiên xuất trận, vừa bước ra là ngâm một bài thi, thì cái thú vị của một bài thi thật là vô cùng...

Những cuộc nói chuyện ban đêm này làm cho người tù kéo dài qua ngày tháng mà cũng khỏi rầy vì những tiếng ồn ào. Không dè, đó cũng là cái cầu để dẫn qua đời tù cháu. Việc đó bởi nguyên do như thế này. Trong tù có một đôi con chiên ghẻ, vì một điếu thuốc, một cái bánh, mà bán đứng tất cả bằng cách mách với nhà cầm quyền rằng, trong khám có những cuộc huấn luyện chính trị. Điều đó, tôi nhận rằng có, nhưng người ta huấn luyện một cách kín đáo, chứ không phải những cuộc nói chuyện ban đêm. Còn đàng này, mấy vị chúa ngục, không hiểu tiếng Việt, nào có biết ất giáp gì, họ tưởng rằng ban đêm cả thảy im phăng phắc để nghe một anh nói chuyện lột da ếch xào măng như thế nào, hay nói chuyện Tôn Hành Giả phò Đường Tăng đi thỉnh kinh, đó là những buổi huấn luyện chính trị.

Nên họ chướng mắt lắm.

Một hôm, nhìn ngang các lỗ song sắt, thấy ánh sáng màu xanh đỏ phực lưng trời, và tiếng tàu bay chuyển rung đất. Lúc ấy chúng tôi không hiểu là chuyện gì. Bây giờ mới hiểu lại là quân Nhật cất cánh sang Tân Gia Ba hay Phi Luật Tân gì đó. Nhưng trong tù lúc ấy, chúng tôi nào có biết gì, nên qua đêm sau vẫn làm y như cũ. Thế rồi, trong yên lặng của đêm khuya, nghe những tiếng đánh đập chửi mắng, kêu khóc suốt mấy giờ đồng hồ, cuộc nói chuyện dừng lại. Ai nấy hồi hộp, không hiểu sẽ xảy ra việc gì? Sáng hôm sau, rổn rảng, người ta mang cây sắt và còng chân đến còng tất cả và mỗi lần ăn, mỗi người chỉ được có một vắt cơm lạt mà thôi. Bị còng chân được sáu hôm thì, thình lình, người ta lùa tất cả tù nhân của năm khám, gồm bốn trăm năm chục người, ra hàng ba rồi cho kéo đi. Trong đám đông, tôi thấy dạng anh Hùm[5]. Trong khi đi, tôi bươn bả, nhiều khi chen lấn mà đến nắm lấy tay anh.

Nhưng chuyến này, tôi đến nắm tay anh Hùm đây, không phải vì những mỹ cảm đâu, mà chính là tôi biết trước rằng mình sắp sống một quãng đời tù cháu, nếu được gần gũi anh là người thích tư biện, ấy là được

---

[5] Nhà cách mạng và học giả Phan Văn Hùm (lời chú của Nguiễn Ngu Í)

một người bạn rất quý; rồi họa may, nhờ cuộc đời tư
biện này moi sâu thăm thẳm vào những cái tế nhị,
ngóng nhìn những cái cao viễn, thì cả hai chắc sẽ được
một đời sống bên trong dồi dào, và nhờ đó mà đem hai
cái xác, của anh Hùm và của tôi, về được.

Đến banh hai, khi vào khám, chúng tôi bị lột cả, mỗi
người chỉ còn một cái quần ngắn không che đầu gối và
một cái áo cụt tay, lại phủ không kín cái rún. Tôi sắp
sửa quen chiếc chiếu cũ hơn một năm rồi, rách nát.

Kẻ trước người sau, chúng tôi xỏ chân vô còng, tất
nhiên tôi ở bên cạnh anh Hùm. Từ ấy, ngày ngày, mỗi
bữa cơm, thì chúng tôi uống nước trước khi ăn, và mỗi
ngày lãnh một vắt cơm lạt to bằng trái cam lớn, cầm
ngồi ăn bên cạnh thùng xí của bao nhiêu người "làm"
đầy rồi, mà không có nắp đậy. Đêm ngủ lạnh thấu
xương, vì là mùa rét. Mà lạnh lại không dám run, vì hễ
cựa mình, là khoen còng bị động, ngã đập lên ống chân
đau điếng phải giật mình thức dậy.

Từ khi vào tù, tôi đã chọn một nếp sống. Hễ bị khổ
bao nhiêu, thì tôi tìm nghĩ đến việc xa vời bấy nhiêu.
Tôi tin rằng nhờ mê say với tư tưởng mà quên việc khổ
hạnh. Lắm lúc, tôi có cái ý nghĩ buồn cười này là biết
đâu chừng các nhà tu theo thiền học bày ra lối khổ

hạnh, để rồi mượn đó mà giục tư tưởng bay bổng cho được cao. Nay mình không tu ép xác, mà cực như thế này, tội gì không thừa cơ hộ mà tư tưởng chơi cho bõ.

Bởi nghĩ vậy, thế nên, nằm cạnh anh Hùm, ngày và đêm, tôi chỉ giở những vấn đề triết lý, lý thuyết mà nói cho anh nghe để cho anh phê phán, tôi đưa ra cái luận điệu:

"Marx tổng hợp những thành tích của khoa học vào thế kỷ XIX mà lập thuyết của mình trên nền triết học của Đức, kinh tế học Anh và xã hội chủ nghĩa Pháp. Nay một trăm năm đã qua, khoa học và tư tưởng con người tiến tới không ngừng. Trong mỗi ngành của khoa học đều có liên tiếp những cuộc cách mạng vĩ đại, mà phạm vi tư tưởng loài người còn rộng thêm nhờ Đông Tây xáo trộn nhau. Vậy cần lập thuyết mới cho kịp thời".

Tôi còn nhớ điệu bộ của anh Hùm, khi hỏi tôi:

"Theo như sức học của tôi, cần phải học thêm về khoa học, để đủ mà hiểu được các vấn đề khoa học hiện đại, là bao nhiêu lâu?"

Tôi cùng tính với anh, xét qua chương trình các môn phải học. Chúng tôi đồng ý rằng cần phải đến mười năm nữa. Rồi anh tính lấy tiền ở đâu mà mua sách, mà sinh sống, cùng cách sống mọi ngày để học thêm. Sau cùng anh nói với tôi:

"Sau khi học như vậy mười năm, tôi sẽ đủ sức mà xem xét vấn đề của anh đặt khi nãy đó có trúng cách chăng. Chừng đó, nếu ta thấy rằng những cuộc cách mạng trong khoa học đã vượt qua khỏi học thuyết của Marx nhiều quá, thì vấn đề anh đặt ra khi nãy là trúng cách rồi. Và trách nhiệm của mỗi nhà tư tưởng là nên lập thuyết lại. Bằng không lấy thái độ đó, chẳng hóa ra là không theo một học thuyết khoa học, mà chỉ thờ một tôn giáo sao? Còn như mình thấy rằng, các học thuyết khoa học vẫn còn ở trong lĩnh vực của học thuyết Marx, ấy là học thuyết này chưa lỗi thời, thì cũng nên bỏ quách cái luận điệu khi nãy, vì vấn đề đặt không trúng cách".

Lời anh Hùm thốt ra trong lúc ấy, cũng là lời tôi tự nói với tôi từ 1939, khi mà những hoài nghi to tát làm cho tôi không còn đầy đủ những liều lĩnh để hành động. Lúc ấy, tôi cũng tự hẹn nghiên cứu lại mười năm. Sẵn dịp này, tôi xin cắt nghĩa tại sao năm 1945, tôi lại tuyên bố rằng trong năm năm tôi nghỉ làm chính trị. Là vì năm ấy tôi chỉ mới trải qua năm năm suy nghĩ các vấn đề chưa được cạn xét, và kỳ hạn hãy còn năm năm nữa. Điều này, tôi chưa cắt nghĩa cho ai.

Đối với những người không biết giá trị của tư tưởng, tôi đã làm vờ để cho họ nghi rằng tôi đã học được ở đâu đó khoa lý số của Phạm Lãi, Trương Lương, Khổng Minh hay Trạng Trình gì đó, nên bấm đốt biết rằng chừng ấy "vận" mình đã đến, mới ra làm. Ấy là để trào lộng chơi và cũng để cho qua câu chuyện.

Nay đã cuối năm 1949, mãn cái thời hạn mà tôi đã hẹn với tôi. Những người đã nghe tôi hứa nghỉ làm chính trị trong mấy năm, phỏng có mấy kẻ tin lời? Mà trong số những người tin, phỏng có bao nhiêu người nhớ, và nhân dịp Tết này[6] đặt câu hỏi:

"Nay đã mãn hạn rồi, thằng ấy có làm chính trị lại chăng?"

Số người đã tin tôi, tôi vẫn biết tin là rất ít. Trong số ấy, kẻ đã vì bận rộn của đời sống hằng ngày mà quên rất nhiều. Có lẽ chẳng còn ai nhớ lời hẹn ấy làm gì. Nhưng lòng tôi, tôi nào quên được? Trong khi tôi viết những dòng này, hơi lạnh bắt đầu mùa đông của Paris nhắc tôi nhớ lại cảnh tù tội nằm bên cạnh anh Hùm. Anh có bảo tôi trình cho anh xem thử một vài điều đã thấy, ví dụ một triết học.

Tôi vắn tắt thuật rằng: cái mà tôi suy nghĩ không phải

---

[6] Tết Canh Dần, 1950 (lời chú của Nguiễn Ngu Í)

là một triết học. Nó là siêu triết học, quán thống tất cả các triết học và đưa lên một từng nữa. Thực tế vốn hiến mình cho ta xem từng bậc, từng lớp, từng tròng, có những vòm ngăn cách hẳn nhau, cũng như ở tù có nhiều bậc thứ vậy.

Người ở trong một cái tròng nào đó thì bị cái vòm của tròng đó hạn chế tư tưởng, chi phối nhận thức, và triết học chỉ là một hệ thống tư tưởng trong một cái vòm nào đó. Lâu lâu, nhờ súc tích khá nhiều mà ta vượt qua một lớp thực tế khác, ấy là làm một cuộc cách mạng lý thuyết. Có trải qua tròng thực tế nào thì mới thấy cái vòm ấy, kẻ chưa đến chỉ thấy lẩn quẩn cái vòm cũ của mình, và ai nghe nói gì ở vòm khác, thì cho là quái lạ...

Anh Hùm ngăn tôi lại:

"Thôi đừng đi xa nữa, tôi nghe có vào tai mà hiểu chẳng được đâu. Hãy đợi sau đã".

Dáng điệu ấy, ngày nay tôi hãy còn nhớ.

Trong mười năm qua, có lúc tôi có đem cái mình lượm được mà đón hỏi ý kiến của người khác. Tôi có trình cho anh Ninh xem, anh Ninh nay là người thiên cổ rồi. Tôi có hỏi sơ anh Hùm về triết học. Anh Hùm là người có nhiều cảm tình hơn hết, mà vội vàng ngăn lại, bảo là chối tai.

Gần đây, tôi chỉ đem cái định nghĩa của một danh từ mà làm một bài thơ bằng văn xuôi, bài thơ mà tôi gọi là *"Tương lai văn hóa Việt Nam"*. Tiếng gọi đàn này không được ai hưởng ứng cả và vang lại chỉ lời chê của ông Thanh Ba, phê cho rằng quá xa xôi, viển vông. Mới có một định nghĩa mà còn như vậy, phỏng đem trình cả bao nhiêu điều suy nghĩ trong mười năm, thì sẽ nghe được những cái gì?

Nay là đầu năm 1950.

Làm chính trị lại chăng? Làm biết có người nghe chăng?

Hay là trình ý kiến của mình cho thiên hạ xem trước, nhưng phỏng có người nào để ý nghe?

Tôi thành thật nghĩ như vậy, vì tôi thấy cả thế giới tranh nhau mà tìm kế giết hại lẫn nhau, mỗi khi tìm được một khí giới lợi hại như bom nguyên tử thì vui mừng, hãnh diện, hình như đã tìm được cây thang bắc lên cõi Thiên Đàng, chẳng ai tha thiết tìm cách làm cho người càng cao quý, đẹp đẽ hơn, cho "người" trở nên NGƯỜI.

Paris, cuối năm 1949

(Sách   Tết *Xuân   Vĩnh   viễn*,   năm   Canh   Dần,   1950)

VI.
Chuyện con thằn lằn chọn nghiệp

Giữa một đường truông thăm thẳm, vắng vẻ âm u, không một xóm nhà, ít người qua lại, có một am nhỏ. Am ấy mới cất độ non ba năm thôi. Trong am chỉ có một cụ sư già, thui thủi một mình, quanh năm chẳng được ai thăm viếng. Trước am, nơi giữa sân, chất sẵn một đống củi, vừa lớn, vừa cao ngất, củi xếp rất vuông vắn, thẳng thắn, dường như được săn sóc chẳng khác một vườn kiểng do một vị lão trưởng giả chăm nom.

Một hôm, trời đã tối rồi, nhà sư vừa lên đèn được một chặp, thì có hai người khác đến trước ngưỡng cửa, vái mà thưa rằng:

"Bạch sư cụ, nhờ ngọn đèn dẫn dắt, chúng tôi mới dõi đến đây. Mong nhờ sư cụ, cho tá túc một đêm, sáng mai chúng tôi sẽ lên đường".

Nhà sư ung dung chấp tay đáp:

"Mô Phật, cửa thiền bao giờ cũng mở rộng cho người lỡ bước".

Rồi dừng một phút, dường như để trấn tĩnh nỗi vui đương sôi nổi trong lòng, nhà sư tiếp:

"Ngót ba năm nay, tôi mở am nơi này, không được một ai đến viếng. Ngày nay là ngày ước nguyện, may được hai ngài quá bước ghé nghỉ chân. Âu cũng là duyên trước..."

Nói xong, nhà sư dọn cơm chay cho khách đường, và câu chuyện không để, vô tình dẫn khách đến câu hỏi:

"Bạch sư cụ, chẳng hay sư cụ thích tụng kinh nào?"

Vui sướng, vì như gặp bạn tri âm, nhà sư đáp:

"Tôi quy y Phật pháp từ thuở bé, rừng thiền có thể nói rằng đã viếng khắp nơi. Cách ba năm nay, lòng huệ được mở ra... Và từ ấy tôi chỉ tụng kinh Di Lặc".

Một người khách hỏi:

"Sư cụ có thể cho tôi biết duyên cớ vì sao chăng?"

"Mô Phật. Chỉ có lời nói, mà độ được người, tôi sao dám tiếc lời! Vậy tôi xin vui lòng mà nói cho hai ngài rõ. Bởi tôi đọc qua các kinh sách, thấy rằng Phật Thích Ca khi đắc đạo, có dạy: Hai nghìn năm trăm năm về sau, Phật pháp sẽ đến chỗ chi li: ấy là hồi mạt pháp. Di Lặc sẽ xuống trần, cứu độ chúng sanh và chỉnh đạo lại. Nay kể cũng gần đến kỳ hạn. Chắc là Phật Di Lặc đã xuống trần mà độ kẻ thành tâm tu hành. Bởi vì lẽ ấy cho nên tôi có nguyện tụng đủ một nghìn lần kinh Di Lặc. Nếu lời nguyện được y, ấy là tôi sẽ đắc đạo".

Người khách thứ hai hỏi:

"Sư cụ đã tụng được bao nhiêu lần rồi?"

"Đã được chín trăm chín mươi chín lần. Bây giờ, chỉ còn lần thứ một nghìn: lần tụng của đêm nay. Chắc hai ngài trước đó có duyên lành, đêm nay đến mà chứng kiến tôi tụng lần thứ một nghìn ấy".

Đến đây, bữa cơm chay đã mãn, khách mệt mỏi, xin ngả lưng. Nhà sư dọn dẹp trong am cho thanh khiết, rồi bước lại trước bàn Phật, khêu bấc đèn dầu, mở kinh ra mà khởi sự tụng. Tiếng tụng kinh chậm rãi, như nện vào không gian. Thỉnh thoảng một tiếng chuông ngân lên, đánh dấu chuỗi tiếng mõ dài đẳng đẳng...

*

Trước khi nhắm mắt ngủ, hai người khách còn trao đổi vài câu:

"Tội nghiệp thay cho cụ sư già, quá mê tín, mất sáng suốt mà không giác ngộ. Phật pháp lập ra đã hai nghìn năm trăm năm về trước, tránh sao cho chẳng có chỗ lỗi thời. Nhận thấy chỗ lỗi thời, các môn đệ ắt phải lo tài bồi, phát triển mối đạo. Thế là có tư tưởng này, học thuyết nọ; rồi sinh ra môn, ra phái, ấy là nguồn gốc của sự chi li. Nay rừng thiền có hơn tám mươi bốn nghìn cội khác nhau, ấy là lẽ dĩ nhiên vậy".

"Tôi cũng đồng ý với anh về chỗ đó, và nghĩ thêm rằng: nếu bây giờ có một vị Di Lặc xuống trần, thì vị ấy có trọng trách cất nhắc Phật pháp cho cao kịp với sự tiến hóa của mọi sự việc từ hơn hai nghìn năm nay. Và trách nhiệm của mỗi tín đồ của Phật là dọn mình cho sẵn để đón rước cái pháp mới sắp ra đời. Chớ mê mải trong việc gõ mõ tụng kinh, há chẳng phải là phụ lòng mong mỏi của Thích Ca chăng".

Lời nói của hai người khách, giữa một cái am vắng vẻ, không dè có kẻ trộm nghe. Kẻ nghe trộm này là một con thằn lằn, đến ở am, khi am vừa mới dựng lên, và đã nghe chín trăm chín mươi chín lần kinh, nên có linh giác, nghe được tiếng người, biết suy nghĩ và phương diện. Câu phê bình của hai người khách đã giúp cho con thằn lằn giác ngộ. Nó vốn biết nguyện vọng của nhà sư: là hễ tụng xong lần thứ một nghìn, thì nhà sư sẽ lên dàn hỏa mà tự thiêu... Rồi nó nghĩ: nhà sư lòng còn mê tín, chưa được giác phỏng có thiêu thân, thì làm sao nhập được Niết Bàn. Hay là ta tìm thế ngăn người, đừng để cho người thiêu thân, đợi chừng nào người giác, rồi sẽ hay.

Rồi con thằn lằn quyết định phải ngăn ngừa, đừng để cho nhà sư tụng xong lần thứ một nghìn. Nó nghĩ được một kế: ấy là nó bò lên bàn Phật, đến đĩa đèn dầu, ráng sức uống cạn đĩa dầu. Bấc sẽ lụn, đèn tắt, nhà sư không thấy chữ mà tụng nữa.

Một sức mầu nhiệm đã giúp con thằn lằn đạt được ý nguyện: chỉ trong một hơi mà đĩa dầu đã cạn: bộ kinh chỉ mới tụng quá nửa mà thôi. Đèn tắt, nhà sư ngạc nhiên, nhưng nghĩ: hay là hai người khách là kẻ phàm tục, không được duyên lành chứng giám việc đắc đạo của mình. Âu là xếp kinh nghỉ, chờ ngày mai khách lên đường, sẽ tụng lần thứ một nghìn ấy.

Nhưng, sau đó, đêm nào cũng vậy, buổi kinh đọc chưa xong mà đèn lại tắt đi. Nhà sư có lúc tính tụng kinh lần này vào khoảng ban ngày, nhưng nhớ lại rằng khi xưa đã có lời nguyện tụng kinh vào khuya, tĩnh mịch, nên không dám đổi.

Và một đêm kia, dằn lòng không được, tuy tụng kinh mà mắt chốc chốc nhìn đĩa dầu để xem sự do đâu, nhà sư bắt gặp con thằn lằn kê mỏ mà uống dầu. Nổi giận xung lên, nhà sư dừng gõ mõ, mà mắng rằng:

"Loài nghiệt súc! Té ra mi ngăn ngừa không cho ta được đắc đạo!"

Rồi tay cầm dùi mõ, nhà sư nhắm ngay đầu con thằn lằn mà đập mạnh. Con thằn lằn bị đánh vỡ đầu, chết ngay. Hôm ấy, nhà sư tụng xong lần kinh, bước lên dàn hỏa, tự châm lửa mà thiêu mình.

*

Và cũng cái đêm ấy, hai cái linh hồn được đưa đến trước tòa sen của Phật. Uy nghiêm, ngài gọi nhà sư mà dạy:

"Nhà ngươi theo cửa thiền từ thuở bé, mà chẳng hiểu bài học vỡ lòng của pháp ta là thế nào! Pháp ta đã dạy phải trừ hết dục vọng thì mới đắc đạo, mà ngươi lại dục vọng quá nhiều: bởi việc muốn đắc đạo, để được thành Phật kia cũng là một cái dục vọng. Có dục vọng ấy là THAM; bởi tham nên giận mắng con thằn lằn ấy là SÂN; bởi sân nên tưởng rằng trừ được con thằn lằn thì tha hồ tụng kinh, rồi đắc đạo, ấy là SI. Có đủ THAM, SÂN, SI, tất phải phạm tội sát sanh, thì dầu ăn chay trường trọn đời cũng chưa bù được".

"Tội của ngươi lớn lắm, phải tu luyện rất nhiều mới mong chuộc được. Vậy ta truyền cho Kim Cang, La

Hán hốt hết đống tro đó tung khắp bốn phương trời. Mỗi hột tro đó sẽ hóa sanh làm một người. Chừng nào mọi người ấy đắc đạo, đám chúng sanh ấy sẽ được quy nguyện, trở lại hiệp thành một, thì nhà ngươi sẽ đến đây mà thành chánh quả".

Rồi Phật cho gọi hồn con thằn lằn mà dạy:

"Nhà sư chưa được giác mà làm tội, tội ấy đáng giá là một mà thôi. Còn nhà ngươi, được nghe lời hai người khách, được giác một phần rồi, mà làm tội, tội ấy đáng mười".

"Bạch Phật Tổ, lòng của đệ tử muốn độ nhà sư, dầu nát thân cũng không tiếc. Chẳng hay đệ tử có tội chi?"

Phật phán:

"Muốn độ người, kể thiếu chi cách, sao ngươi ngăn đón việc tụng kinh của người? Đã đành rằng tụng kinh như nhà sư là một việc mê tín, song vẫn là một tín ngưỡng. Cõi Phật vốn là cõi tự tại, nếu phạm đến tự do tín ngưỡng, gọi để dắt người vô, thì làm sao cho được? Bởi ngươi không dùng phương pháp tự do, người kia là kẻ mất tự do, thì cả hai làm sao được vào cõi tự tại?"

Một lần nữa, con thằn lằn được giác, quỳ lạy mà xin tội:

"Xin Phật Tổ mở lòng từ bi, cho đệ tử hóa sinh một

kiếp nữa, để dùng phương pháp tự do mà độ vô số chúng sanh do những hột tro mà các vị Kim Cang, La Hán vừa tung ra đó".

Phật đáp:

"Ta cho ngươi được toại nguyện".

Hồn con thằn lằn vừa muốn lạy Phật mà đi đầu thai, thì sực nhớ lại, nên bạch rằng:

"Xin Phật Tổ dạy đệ tử phải hóa sanh làm kiếp chi?"

Phật đáp:

"Nhà ngươi đã gần bến giác, phải tự mình chọn hình thể mà hóa sanh. Tự do chọn lựa mới có thể luyện mình để bước vào cõi tự tại".

*

Hồn con thằn lằn từ ấy trôi theo mây gió, không biết trụ vào đâu, để có thể vừa dùng phương pháp tự do mà độ người, vừa có thể độ được đông người, số người đông như số hột tro do một cái xác thiêu ra. Thật chưa hề lúc nào có một linh hồn bị trừng phạt phải đau khổ đến thế.

(Tuần báo *Mới* số 28, ngày 16-5-1953)

VII.
Chuyển thân

Chúng tôi muốn mượn việc con tằm đổi lốt mà hình dung sự chuyển thân của phong trào dân tộc. Trước đây, dưới thời thực dân, nơi đây đã thai nghén sự giải phóng hùng dũng của hai mươi triệu người; rồi ngót chín năm, sự giải phóng ấy đội lốt sự tranh đấu quân sự.

Hội nghị Genève đem lại việc ngưng chiến. Thay vì súng nổ, bom rơi, máu chảy, phong trào dân tộc chuyển thân thành một cuộc SO TÀI CHÍNH TRỊ. Cũng như mọi cuộc đổi lốt, chuyển thân, việc sang giai đoạn mới này không khỏi xảy ra trong một hồi rung chuyển và đau đớn. Đứa con nơi bào thai ngột thở phải chòi ra, bao giờ cũng làm cho bà mẹ rên la. Thì nay giai đoạn "so tài chính trị" thoát thân cũng làm cho bà mẹ

Việt Nam khổ sở: di cư hỗn loạn, khủng hoảng nội bộ... Cuộc sinh nở này, không khéo, cũng có thể làm hại cả mẹ lẫn con. Nhưng nếu gặp kẻ đỡ có thiện tài, ta há chẳng được may mắn mà có một đứa trẻ sởn sơ sao?

Vậy, trong tình thế này, nhân lúc "bà mẹ Việt Nam" đang đớn đau, ta chớ tưởng là một cuộc đau bụng mà uống thuốc đau bụng thường. Ta phải nhận rằng đó là một cuộc sinh nở khó khăn, mau rước bác sĩ chuyên môn, mới mong tránh nguy hiểm trước mắt.

*

Sự so sánh ở trên giúp chúng tôi nói rõ lập trường của chúng tôi đối với thời cuộc. Suốt chín năm qua, trong giai đoạn tranh đấu quân sự, chúng tôi nhận thấy rằng chúng tôi không có chút bản lãnh quân nhân, nên chúng tôi nhường bước cho những người chuyên môn về mặt ấy. Chúng tôi không phải là hạng người "trùm chăn" vì thiếu nghị lực, hay bởi chờ ai thắng trận để nghiêng theo.

Chúng tôi vốn là người chính trị, nhận thời thế kia không phải là thời thế của mình, nên không đèo bổng, nhường chỗ cho người nhận mình là đủ tài sức.

*

Nay, trang sử đã lật qua. Một giai đoạn đã dứt. Giai đoạn mới khai mào: giai đoạn chính trị. Trong giai đoạn này mà chúng tôi không bước ra nhận lãnh trách nhiệm, thì rõ ràng khi xưa chúng tôi chỉ là kẻ đào ngũ, nên nay cũng trốn luôn trách nhiệm. Còn bao nhiêu lời tự bào chữa trên kia toàn là ngụy biện mà thôi. Chỉ để đánh tan chỗ nghi ngờ này, điều ấy đã đòi hỏi chúng tôi bước ra sân khấu chính trị lại rồi. Huống chi, suốt mười lăm năm, chúng tôi ôm ấp một hoài bão lớn, một hoài bão mà chúng tôi đành tránh sự khiêm tốn giả dối mà nói rằng chỉ riêng chúng tôi ôm ấp nuôi nấng mà thôi.

Cái hoài bão này, chúng tôi chưa có dịp nói đầy đủ thành hệ thống. Nhưng thỉnh thoảng, nén lòng không được, chúng tôi lại để tiết đôi lời. Mỗi lượt như vậy, chúng tôi đã để một số người chỉ thấy một bề của cái muôn mặt mà hiểu lầm. Do đó mà làm mất lòng một số người quá nóng nảy hay vội vã. Nay nhơn dịp phải bước ra sân khấu chính trị lại, cầu công chẳng đặng thành, danh chưa được toại, mà vì sự ra mặt của mình làm cho người hiểu rõ mình hơn, thì điều ấy hẳn đến bồi lại một phần bao nhiêu sự đáng tiếc đã xảy ra vì số người quá yêu, muốn hiểu hết chúng tôi trong lúc chưa tiện, rồi hờn giận. Chỉ đến bồi lại ngần ấy, cũng làm cho chúng tôi yên dạ lắm rồi.

*

Huống chi chúng tôi đang sống cái tâm lý của vị bác sĩ đang đứng đón trẻ ra đời. Bà mẹ đang rên siết kêu la, chung quanh thân nhân đau lòng cùng cuống quít, mà bác sĩ khám nghiệm một cách khoa học, biết mình sắp đưa ra chào đời một cậu bé xinh tươi.

Bao nhiêu người dân Việt phập phồng lo ngại cho "Tổ quốc lâm nguy", e sợ mình phải chịu thân phận của dân Chàm thuở trước. Riêng chúng tôi tin rằng "mùa Xuân chim Lạc" đã đến. Giống người, mấy ngàn năm trước bị bạo lực phía Bắc ép dồn phải chạy dài, noi theo hướng bay của giống thiên nga là chim Lạc mà xuôi về phương Nam, để tránh họa diệt vong, giống người này đã hết ở vào cảnh "trốn tuyết đầu thu", và đã gặp cảnh xuân ấm áp.

Bởi trong giai đoạn mới này thiên hạ so tài chính trị, thì chúng tôi cũng có dịp mà làm nhân đạo. Tiếng "đạo" ở đây dùng đặt tên cho cái gì cao hơn cái "pháp", quý hơn cái "thuật". Còn tiếng "nhân" ở đây chỉ rõ con người toàn diện.

Con người, trong cái văn minh tu sĩ cũ xưa, chỉ là một tiểu ngã hẹp hòi của đại ngã, lầm tưởng đâu riêng mình tu dưỡng mà có thể đồng nhứt với Vũ trụ. Con người, trong cái văn minh ủy viên chính trị, lại chỉ là những tên lính của tổ chức mà thôi, chẳng được đi lệch ngoài kỷ luật. Con người, trong cái văn minh kỹ sư, chỉ là những món hàng để sinh lợi, thì kiếp người còn có ra chi? Đường lối đưa những "con người mắc đọa" kia đến ngã càng ngày càng cao quý đẹp để hơn, con đường ấy phải chăng là NHÂN ĐẠO? (Nhân đạo ở đây trỏ theo ý nghĩa rất rộng và triết lý của nó).

Suốt mười lăm năm, từ khi chúng tôi ly khai với Đệ Tứ Quốc Tế, đoạn tuyệt với chủ nghĩa Marx, đoạn tuyệt mà không muốn lùi bước lại, quay về với những học thuyết phản tiến hóa, chúng tôi muốn nương theo đà tiến hóa, vươn mình theo cho kịp với lịch sử, chúng tôi đã cảm thấy mình phải làm cái gì mới mong được vậy. Chúng tôi thấy rằng Marx tập đại thành ba học thuyết của Âu châu (triết học Đức, kinh tế học Anh và xã hội chủ nghĩa Pháp), mà dựng lên duy vật luận biện chứng pháp, tức là ý thức hệ của Âu châu vào thế XIX.

Nay, vào thế kỷ XX, bốn biển một nhà, năm châu cùng chợ. Thời gian người đáp phi cơ từ Paris sang Saigon không đầy phân nửa thời gian của một vị tiểu tăng chạy chết từ Bình Định vào đến Nam này, cách đây không hơn một trăm năm mươi năm, thì muốn vươn mình kịp theo dòng sử, chỉ có cách tổng hợp ba cái văn minh đang đượm nhuần nhân loại ngày nay.

Và suốt mười lăm năm, chúng tôi chỉ lãnh những chê cười, khinh bỉ, hờn giận, thù ghét, chỉ vì chúng tôi "dám" đèo bồng mong mỏi việc ấy. Ngày nay toàn dân Việt phải bị tấn vào một cái thế phải đi cùng một đường lối như chúng tôi. Sự "thống nhất dân tộc", nền tảng cho độc lập, tự do và hạnh phúc, không thể quan niệm bằng cách tận diệt một triệu cán bộ cộng sản và hàng chục triệu người tin tưởng theo họ, cũng không thể quan niệm bằng cách tận diệt mấy triệu người tin tưởng Quốc gia hay tín ngưỡng một giáo điều.

Sự thống nhất dân tộc này chỉ có thể được sau khi hòa hợp cái văn minh tu sĩ đang thịnh ở miền Nam cùng với cái văn minh ủy viên chính trị đang vượng ở miền Bắc. Và sự hòa hợp này có thể được chỉ nhờ hai cái văn minh nọ chuyển thân, thoát xác, cởi bỏ phần ô trọc của mỗi bên mà chung góp phần tinh hoa.

Có thoát xác, chuyển thân, hòa hợp thì mới tránh sự chia rẽ, giết lẫn nhau để rồi sấn vào đường diệt tộc.

Và khi thống nhất dân tộc rồi, cần phải mau lẹ kiến thiết xứ sở và dân tộc sau chín năm tàn phá và tiêu hủy. Những kỹ thuật tối tân phải được áp dụng với thông minh và nhân ái. Cái văn minh kỹ sư phải góp phần vào. Bằng không thì cái hòa hợp kia diễn ra trong cơ cực, túng thiếu, yếu hèn, làm sao đưa dân tộc kịp bước theo đà lịch sử trong giai đoạn của tinh năng nguyên tử?

Thấy vậy, lòng chúng tôi vừa thơ thới vừa kinh sợ. Thơ thới vì nhận thấy rằng anh linh của đất nước, giờ phút này, cùng một hồn với chúng tôi, cảm thấy mình phải vượt tới đi đầu, nơi trước nhất của dòng sử. Mà kinh sợ là công việc tập đại thành tổng hợp ba cái văn minh kia là việc tinh vi vô cùng: một hột cát nhỏ lộn vào một guồng máy, đã làm cho máy hỏng rồi, huống chi là việc lo liệu quá to mà mình đang cất gánh?

Càng lo sợ hơn nữa là rủi việc hỏng, mộng cá nhân dầu vỡ tan, việc ấy vẫn chưa sao. Nhưng cả dân tộc Việt bị lùa vào cái thế diệt vong của dân Chàm đã từng sống trên dãy đất này, diệt vong trong cái thế mà, trái lại, chính mình có thể làm một việc "ngàn năm một thuở" được, thì còn có cái lớn gì trong vũ trụ để ví với sự hối tiếc về sau của những thế hệ sắp đến?

(Báo *Phương Đông* số 85, ngày 30-10-1954)

VIII.

Mắng bạn

Vừa nghe rằng tập thứ ba của bộ tiểu thuyết *Ngàn năm một thuở*, tức là *Phi Lạc bỡn Nga*[1] một bạn văn hỏi bản thảo đọc chơi, rồi hứng thú, viết cho một cặp đối vừa khen Phi Lạc, vừa khen tác giả. Cặp đối ấy như thế này:

HỮU *chi tế thì nan, duy ốc vận trù sư Quản, Nhạc,* TƯỜNG *vân trình thụy sắc, giang sơn cổ xúy hứng Đào, Tử*[2] .

---

[1] Đây là bản đầu, viết cuối năm 1954, được phân nửa và khởi đăng ở số *Truyền tin* này; sau bị đày ở Côn Đảo, tác giả viết lại lần thứ hai, cũng được phân nửa (1959). Được trả lại tự do, đầu 1964, tác giả viết lại lần thứ ba và đăng tên báo *Ánh Sáng*. (Chú thích của Nguiễn Ngu Í).

[2] Có chí cứu nạn của thời đại này, mà nằm ở nhà trong màn trướng lo làm thầy cho cả Quản Trọng, Nhạc Nghị. Mây lành khoe sắc đẹp, núi sông gióng trống thổi kèn để phụ hứng thú cho bậc thi văn siêu thoát như Đào Tiềm, Từ Thức.

Khi đưa cặp đối này cho tác giả tiểu thuyết, thì tác giả viết mấy câu thơ Nôm, ghi trước ghi sau hai câu chữ trước, thành một bài hát nói như sau đây:

MƯỠU

Thời[3] *giờ đâu mãi chẳng trôi?*
Cơ *Trời chẳng biến? Lòng người chẳng thay?*
Thế *tình chẳng đổi, chẳng xoay?*
Chí *to nào phải: hoài hoài giỡn chơi?*

NÓI

Cả đời dóc, khoác,
Hết sang Tàu, náo Mỹ, phát bổn Nga...
Ăn cơm nhà, đi lo chuyện người ta,
Há lớn lối khoe mình, a Phi Lạc!
Hữu chí tế thì nan, duy ốc vận trù sư Quản, Nhạc,
Tường vân trình thụy sắc, giang sơn cổ xúy hứng Đào, Từ.
Nước cắt đôi: hận chưa uất Tử Tư?
Dân bị nhục: thù không no Phạm Lãi?
Giữa bão táp thuyền con không tay lái,

---

[3] Thời, thế, cơ, là ba điều mà Nguyễn Hữu Chỉnh nói để giục Nguyễn Huệ kéo binh ra Bắc đánh Trịnh. Ở đây còn thêm hai điều là "lòng" người và "chí" ta nữa. Bao nhiêu đó còn mãi, sao mà cứ GIỠN CHƠI, rồi sau, NGƠI?

Cớ sao đành gác mái chèo: NGƠI?
Chần chờ chi nữa? Hỡi ôi!

Lần thứ nhất mà có việc tác giả tiểu thuyết mắng "bạn tinh thần" của mình, tức là nhân vật do mình điển hình trong sáng tác. Đây cũng chép lại, vừa ăn cắp hai câu đối của một nhà Nho, vừa ăn cắp mấy lời thơ Nôm của Hồ Hữu Tường cho đúng với cái lý.

KI – GÓB – JÓ – CÌ...

(Báo *Truyền tin* số Tết Ất Mùi 1955)